ALLAÐI BÓK CHAI

Að búa til, smakka og taka á móti Chai lífsstílnum í gegnum 100 fljótlegar og ljúffengar uppskriftir

Þórr Kristjánsson

Höfundarréttarefni ©2024

Allur réttur áskilinn

Engan hluta þessarar bókar má nota eða senda á nokkurn hátt eða á nokkurn hátt án skriflegs samþykkis útgefanda og höfundarréttarhafa, nema stuttar tilvitnanir sem notaðar eru í umsögn. Þessi bók ætti ekki að koma í staðinn fyrir læknisfræðilega, lögfræðilega eða aðra faglega ráðgjöf.

EFNISYFIRLIT

EFNISYFIRLIT 3
KYNNING 6
KLASSÍKUR CHAI 7
    1. Hefðbundinn Masala Chai 8
    2. Engifer Honey Chai 10
    3. Kardimommur Rose Chai 12
    4. Chai Kurdi 14
    5. Minty Green Tea Chai 16
    6. Kókos kardimommur Chai 18
    7. Rússneskur Chai _ 20
    8. Saffran Möndlu Chai 22
    9. Grasker krydd Chai Latte 24
    10. Lavender Earl Grey Chai 26
    11. Saigon Chai 28
    12. Súkkulaði Chili Chai 30
    13. Epli Cinnamon Chai 32
    14. Bláberja vanillu Chai 34
    15. Cayenne Chai 36
    16. Malasískur Chai 38
    17. Cinnamon Butterscotch Chai 40
    18. Appelsínu-múskat Chai 42
    19. Masala Chai 44
    20. Vanillu karamellu Chai Latte 46
    21. Kanill peru ísaður Chai 48
    22. Negull & Múskat Appelsínu Chai 50
    23. Anísfræ kryddað Chai 52
    24. Rosmary Wine Chai 54
    25. Brazil Nut Chai Tea Latte 56
    26. Pistasíu Iced Chai 59
    27. Chai Boba te 61
    28. Mint appelsínu Chai 63
    29. Rosy Black Chai 65
    30. Hibiscus Rose Chai 67
    31. Arabískt pistasíutespotti 69
    32. Nutty Chai Bliss 71
    33. Hyderabadi Dum Chai 73
MORGUNMATUR 75
    34. Chai Latte hafragrautur 76
    35. Chai kryddað heitt súkkulaði 78
    36. Grasker Chai pönnukökur 80
    37. Kryddað haframjöl með Chai 82

38. CHAI-KRYDDAÐ FRANSKT BRAUÐ 84
39. CHAI LATTE MUFFINS MEÐ CHAI-KRYDDUÐUM STREUSEL 86
40. CHAI-KRYDDAÐ SUPER CHUNKY GRANOLA 89
41. CHAI VÖFFLUR MEÐ BANANASÍRÓPI 92
42. CHAI BISCOTTI MEÐ HVÍTU SÚKKULAÐISKRAUT 95
43. CHAI-KRYDDAÐIR CRUFFINS 98
44. CHAI KRYDDAÐAR KANILSNÚÐAR 102
45. CHAI KRYDDBRAUÐ 105
46. CHAI KRYDDAÐIR EPLASAFI KLEINUHRINGIR 108

SNÍL 111

47. CHAI KRYDDAÐAR SMÁKÖKUR 112
48. CHAI KRYDDAÐUR CHURROS 114
49. CHAI KRYDDKEX 117
50. CHAI KRYDDAÐAR MADELEINES 119
51. CHAI KRYDDAÐAR RISTAÐAR HNETUR 122
52. MAPLE CHAI CHEX MIX 124
53. CHAI KRYDDAÐ RICE KRISPIE SÆLGÆTI 127
54. CHAI SPICE ORKUBOLTAR 129
55. CHAI-KRYDDAÐIR SNICKERDOODLES 131
56. KRYDDAÐ HELLUBORÐSPOPP 133
57. MASALA PAPAD 135
58. RISTAR MASALA HNETUR 137
59. CHAI-KRYDDAÐAR RISTAÐAR MÖNDLUR OG KASJÚHNETUR 139
60. CHAI KRYDDAÐAR RISTAÐAR HNETUR 141
61. KJÚKLINGAPOPPAR 143
62. NORÐUR-INDVERSKUR HUMMUS 145

EFTIRLITUR 147

63. CHAI TEA POT DE CRÈME 148
64. BROWNIES MEÐ CHAI TEI 151
65. CHAI KRYDDAÐ FLAN 153
66. CHAI HNETU ÍSSAMLOKA 155
67. INDIAN MASALA CHAI AFFOGATO 158
68. CHAI-KÓKOSMJÓLK BOBA ÍSLÖPP 160
69. CHAI LATTE BOLLAKÖKUR 162
70. MASALA CHAI PANNA COTTA 166
71. CHAI-KRYDDAÐUR HRÍSGRJÓNABÚÐINGUR 168
72. CHAI OSTAKAKA 171
73. MASALA CHAI TIRAMISU 174
74. CHAI SPICE APPLE CRISP 177
75. CHAI-KRYDDAÐAR SÚKKULAÐITRUFFLUR 180
76. CHAI ÍS 182

KOKTAIL OG KOKTAIL 185

77. CHAI GINGER BOURBON HANASTÉL 186

78. Chai Martini 188
79. Chai hvítur rússneskur 190
80. Vanilla Chai gamaldags 192
81. Chai Hot Toddy Uppskrift 194
82. Cranberry Chai Sangria 196
83. Chai Sparkler 198
84. Chai hindberja límonaði 200
85. Ch ai Cooler 202
86. Persískt saffran og rósate 204
87. Kryddaður Baklava Tea Mocktail 206
88. Bleikt piparkornste 208
89. Lime And Tea Mocktail 210
90. Kryddaður Chai Tango 212
91. Appelsínu- og granatepli melassate 214
92. Chamomile Citrus Bliss 216
93. Hibiscus-Engifer On The Rocks 218
94. Hibiscus-vínber ístei Mocktail 220
95. Appelsínublóma íste 222
96. Jasmin Jallab 224
97. Egyptian Bedouin Tea Refresher 226
98. Vimto-innblásinn Tea Mocktail 228
99. Saffran myntu te í arabísku stíl 230
100. Tíbetskt smjörte með fennel 232

NIÐURSTAÐA 234

KYNNING

Velkomin í „ALLAÐI BÓK CHAI," fullkominn leiðarvísir þinn til að búa til, smakka og tileinka sér chai lífsstílinn í gegnum 100 fljótlegar og girnilegar uppskriftir. Þessi bók er hátíð hins ríka og arómatíska heimi chai, sem leiðir þig í gegnum bragðmikið ferðalag sem kannar listina að búa til, njóta og fella chai inn í ýmislegt matargerðarlist. Vertu með í þessu ilmandi ævintýri sem lyftir chai úr ástsælum drykk í lífsstíl.

Ímyndaðu þér notalegt rými fyllt af hlýjum og aðlaðandi ilm nýlagaðs chai, ásamt yndislegu góðgæti með chai kryddi. "ALLAÐI BÓK CHAI" er ekki bara safn uppskrifta; það er könnun á fjölbreyttu bragði, kryddi og menningarlegu mikilvægi sem chai færir á borðið. Hvort sem þú ert Chai-áhugamaður eða nýr í heimi kryddaðs tes, eru þessar uppskriftir gerðar til að hvetja þig til að njóta kjarna chai í hverjum sopa og bita.

Frá klassískum masala chai til frumlegra eftirrétta með chai og bragðmiklum réttum, hver uppskrift er hátíð fjölbreytileikans og hlýjunnar sem chai gefur. Hvort sem þú ert að hýsa samkomu með chai þema eða einfaldlega að leita að því að bæta daglega rútínu þína, þá er þessi bók þín leið til að upplifa allt litrófið af chai bragði.

Vertu með okkur þegar við kafum inn í heim chai, þar sem hver sköpun er vitnisburður um hughreystandi og ilmandi ferð sem chai unnendum þykir vænt um. Svo, gríptu uppáhalds krúsina þína, faðmaðu kryddið og við skulum fara í dýrindis og chai-fyllt ævintýri í gegnum "ALLAÐI BÓK CHAI."

KLASSÍKUR CHAI

1. Hefðbundinn Masala Chai

HRÁEFNI:
- 2 bollar vatn
- 2 bollar mjólk
- 4 tsk laus telauf eða 4 tepokar
- 4 grænir kardimommubelgir, muldir
- 1 kanilstöng
- 4 negull
- 1 tommu engifer, rifinn
- Sykur eftir smekk

LEIÐBEININGAR:
a) Blandið saman vatni, mjólk, kardimommum, kanil, negul og engifer í pott.
b) Látið suðuna koma upp, lækkið hitann í lágan og látið malla í 5 mínútur.
c) Bætið telaufunum eða tepokanum út í og látið malla í 5 mínútur til viðbótar.
d) Sigtið chai í bolla og sættið með sykri eftir smekk.

2. Engifer Honey Chai

HRÁEFNI:
- 2 bollar vatn
- 2 bollar mjólk
- 4 tsk svört telauf eða 4 tepokar
- 1 msk rifið ferskt engifer
- 2 matskeiðar hunang
- Klípa af svörtum pipar (valfrjálst)

LEIÐBEININGAR:
a) Sjóðið vatn og mjólk saman í potti.
b) Bætið telaufunum eða pokunum saman við og rifið engifer.
c) Látið malla í 7-8 mínútur, leyfið bragðinu að streyma inn.
d) Takið af hitanum, síið og hrærið hunangi saman við.
e) Bætið við klípu af svörtum pipar ef vill. Berið fram heitt.

3.Kardimommur Rose Chai

HRÁEFNI:
- 2 bollar vatn
- 2 bollar mjólk
- 4 tsk laus telauf eða 4 tepokar
- 6-8 grænir kardimommubelgir, muldir
- 1 tsk þurrkuð rósablöð
- Sykur eftir smekk

LEIÐBEININGAR:
a) Látið vatn, mjólk, kardimommur og rósablöð sjóða rólega í potti.
b) Bætið telaufunum eða pokunum út í og látið malla í 5-7 mínútur.
c) Sigtið chai og sættið með sykri eftir því sem þú vilt.
d) Valfrjálst: Skreytið með nokkrum þurrkuðum rósablöðum áður en borið er fram.

4. Chai Kurdi

HRÁEFNI:
- 1 matskeið indversk telauf
- 1 kanill; stafur
- vatn, sjóðandi
- Sykurmolar

LEIÐBEININGAR:
a) Setjið te og kanil í tepott og hellið sjóðandi vatninu út í.
b) Látið malla í 5 mínútur.
c) Berið fram heitt með sykurmolum.

5. Minty Green Tea Chai

HRÁEFNI:
- 2 bollar vatn
- 2 bollar mjólk
- 4 tsk grænt te lauf eða 4 grænt tepokar
- 1 msk fersk myntulauf, söxuð
- 1 tommu engifer, rifinn
- Hunang eftir smekk

LEIÐBEININGAR:
a) Sjóðið vatn og mjólk saman í potti.
b) Bætið við grænu telaufum, rifnum engifer og söxuðum myntulaufum.
c) Látið malla í 5-7 mínútur, leyfið bragðinu að blandast saman.
d) Síið chai, sætið með hunangi og berið fram heitt.

6. Kókos kardimommur Chai

HRÁEFNI:
- 2 bollar vatn
- 1 bolli kókosmjólk
- 1 bolli venjuleg mjólk
- 4 tsk laus telauf eða 4 tepokar
- 4-6 grænir kardimommubelgir, muldir
- 2 matskeiðar rifinn kókos
- Sykur eftir smekk

LEIÐBEININGAR:
a) Blandið vatni, kókosmjólk, venjulegri mjólk, kardimommum og rifnum kókos saman í pott.
b) Látið suðuna koma upp og bætið síðan telaufunum eða pokunum út í.
c) Látið malla í 5-7 mínútur til viðbótar.
d) Sigtið chai, sættið með sykri og njótið góðgætisins með kókoshnetu.

7.Rússneskur Chai

HRÁEFNI:
- 2 bollar Tang
- ¾ bolli Einfalt augnablik te
- 1 bolli Sykur
- 1 teskeið Kanill
- 3 aura Country Time límonaði blanda
- ½ teskeið Negull
- ½ teskeið Allspice

LEIÐBEININGAR:
a) Blandið öllu saman.
b) Notaðu 2 hrúgafullar teskeiðar í hvern tebolla af heitu vatni.

8. Saffran Möndlu Chai

HRÁEFNI:
- 2 bollar vatn
- 2 bollar mjólk
- 4 tsk laus telauf eða 4 tepokar
- Klípa af saffran þráðum
- 1/4 bolli möndlur, smátt saxaðar
- Sykur eftir smekk

LEIÐBEININGAR:
a) Sjóðið vatn og mjólk saman í potti.
b) Bætið við saffranþráðum og söxuðum möndlum.
c) Leyfið blöndunni að malla í 5-8 mínútur.
d) Bætið telaufunum eða pokunum út í, brattið, síið, sætið með sykri og berið fram.

9. Grasker krydd Chai Latte

HRÁEFNI:
- 2 bollar vatn
- 1 bolli mjólk
- 1/2 bolli niðursoðinn graskersmauk
- 4 tsk svört telauf eða 4 tepokar
- 1 tsk graskersbökukrydd
- Hlynsíróp eða sykur eftir smekk

LEIÐBEININGAR:
a) Blandið vatni, mjólk, graskersmauki og graskersbökukryddi saman í pott.
b) Hitið blönduna þar til hún byrjar að malla.
c) Bætið telaufunum eða pokunum út í og látið malla í 5-7 mínútur.
d) Sigtið chai, sættið með hlynsírópi eða sykri og njótið góðgætisins sem er innblásið af haustinu.

10. Lavender Earl Grey Chai

HRÁEFNI:
- 2 bollar vatn
- 2 bollar mjólk
- 4 tsk Earl Grey telauf eða 4 Earl Grey tepokar
- 1 msk þurrkaðir lavenderknappar
- 1 tsk vanilluþykkni
- Hunang eða sykur eftir smekk

LEIÐBEININGAR:
a) Sjóðið vatn og mjólk í potti.
b) Bætið við Earl Grey telaufum, þurrkuðum lavenderknappum og vanilluþykkni.
c) Látið malla í 5-7 mínútur, leyfið bragðinu að streyma inn.
d) Sigtið chai, sættið með hunangi eða sykri og njótið arómatísku blöndunnar.

11. Saigon Chai

HRÁEFNI:
- 2 matskeiðar Te
- 4 bollar sjóðandi vatn
- Sítrónubátar
- 12 Heilir negull
- 12 Alkryddber
- 2" tommu stafur af kanil

LEIÐBEININGAR:
a) Settu teið í upphitaðan pott; bæta við vatni.
b) Bætið við negul, kryddjurtum og kanil; látið malla í 5 mínútur.
c) Hellið í gegnum sigti yfir ís í háum glösum.
d) Skreytið með sítrónu.

12.Súkkulaði Chili Chai

HRÁEFNI:
- 2 bollar vatn
- 2 bollar mjólk
- 4 tsk svört telauf eða 4 tepokar
- 2 matskeiðar kakóduft
- 1/2 tsk chili duft
- Sykur eftir smekk

LEIÐBEININGAR:
a) Í pott, hitið vatn, mjólk, kakóduft og chiliduft að suðu.
b) Bætið telaufunum eða pokunum út í og látið malla í 5-7 mínútur.
c) Sigtið chaiið, sættið með sykri og njótið ríkulegrar súkkulaðihitans með kryddkeim.

13. Epli Cinnamon Chai

HRÁEFNI:
- 2 bollar vatn
- 2 bollar mjólk
- 4 tsk svört telauf eða 4 tepokar
- 1 epli, þunnt sneið
- 1 kanilstöng
- Púðursykur eða hunang eftir smekk

LEIÐBEININGAR:
a) Sjóðið vatn og mjólk í potti.
b) Bæta við telaufum, eplasneiðum og kanilstönginni.
c) Látið malla í 7-10 mínútur, leyfið eplinum að mýkjast og bragðið blandast saman.
d) Síið chai, sættið með púðursykri eða hunangi og njótið huggulegt bragð af eplum og kanil.

14.Bláberja vanillu Chai

HRÁEFNI:
- 2 bollar vatn
- 2 bollar mjólk
- 4 tsk svört telauf eða 4 tepokar
- 1/2 bolli fersk bláber
- 1 tsk vanilluþykkni
- Sykur eða agavesíróp eftir smekk

LEIÐBEININGAR:
a) Í potti, láttu vatn, mjólk, bláber og vanilluþykkni sjóða rólega.
b) Bætið telaufunum eða pokunum út í og látið malla í 5-7 mínútur.
c) Sigtið chai, sættið með sykri eða agavesírópi og njóttu yndislegrar blöndu af bláberja- og vanillukeim.

15.Cayenne Chai

HRÁEFNI:
- 1/8 tsk cayenne duft
- 1 matskeið ferskur sítrónusafi
- 1 tsk hrátt hunang
- 1 bolli soðið vatn

LEIÐBEININGAR:
a) Setjið cayenne duftið í krús.
b) Hellið vatninu yfir. Hrærið strax
c) Bætið sítrónusafanum og hunanginu út í. Hrærið aftur til að blanda öllu saman
d) Kælið og drekkið svo.

16.Malasískur Chai

HRÁEFNI:
- 8 bollar Sjóðandi vatn
- 4 Pokar af grænu tei eða
- 8 teskeiðar Laus grænt te lauf
- ½ teskeið Kanill
- ¼ teskeið Mald kardimommur
- 2 matskeiðar Sykur

LEIÐBEININGAR:
a) Setjið allt hráefnið í tepott og látið malla í 2 mínútur.
b) Berið fram eitt sér eða með sneiddum möndlum.

17.Cinnamon Butterscotch Chai

HRÁEFNI:
- 1 bolli af heitu tei
- 2 Butterscotch hörð sælgæti
- 1 matskeið Hunang
- ½ teskeið Sítrónusafi
- 1 Kanillstöng

LEIÐBEININGAR:
a) Hrærið þar til sælgæti bráðna, eða fjarlægðu alla bita sem eftir eru áður en þú drekkur

18. Appelsínu-múskat Chai

HRÁEFNI:
- 1 bolli Augnablik te duft
- 1 bolli Sykur
- 0,15 aura drykkjarblöndu með appelsínubragði
- 1 teskeið Malaður múskat

LEIÐBEININGAR:

a) Í skál, sameina allt hráefni; hrærið þar til það hefur blandast vel saman.

19. Masala Chai

HRÁEFNI:
- 6 bollar -Kalt vatn
- ⅓ bolli Mjólk
- 3" stafur kanill
- 6 Grænar kardimommur, heilar
- 4 Negull, heill
- 12 Svartur piparkorn
- 12 teskeiðar Sykur
- 9 tepokar af appelsínupeko

LEIÐBEININGAR:
a) Blandið vatni og mjólk saman á pönnu og látið suðuna koma upp.
b) Bætið kryddinu og sykri út í.
c) Hrærið til að blanda saman og slökkvið á hitanum.
d) Lokið pönnunni og látið kryddið liggja í bleyti í 10 mínútur.
e) Bætið telaufunum eða tepokanum út í og hitið vatnið að suðu.
f) Lækkið hitann og látið malla, lokið, í 5 mínútur.
g) Sigtið teið í heitan tepott og berið fram strax.

20.Vanillu karamellu Chai Latte

HRÁEFNI:
- 2 bollar vatn
- 2 bollar mjólk
- 4 tsk svört telauf eða 4 tepokar
- 2 matskeiðar karamellusíróp
- 1 tsk vanilluþykkni
- Sykur eftir smekk

LEIÐBEININGAR:
a) Blandið vatni, mjólk, karamellusírópi og vanilluþykkni saman í pott.
b) Hitið blönduna þar til hún byrjar að malla.
c) Bætið telaufunum eða pokunum út í og látið malla í 5-7 mínútur.
d) Sigtið chai, sættið með sykri ef vill og njótið vanillu karamellu chai latte.

21. Kanill peru ísaður Chai

HRÁEFNI:
- ½ bolli ósykraður perusafi
- 1 kanilstöng
- 1 matskeið sítrónusafi
- 2 ½ matskeiðar agave nektar
- 2 matskeiðar ferskt engifer, hakkað
- 6 svartir tepokar
- 6 bollar vatn

LEIÐBEININGAR:
a) Á pönnu skaltu koma vatni að rúllandi suðu.
b) Slökktu á hitanum og settu í kanilstöngina og tepokana.
c) Látið standa í fimm til sjö mínútur.
d) losaðu þig við tepokana og settu þá í restina af hráefninu.
e) Kældu í 2 klukkustundir áður en þú berð fram.

22.Negull & Múskat Appelsínu Chai

HRÁEFNI:
- 1 tsk malaður negull
- 1/4 bolli drykkjarblanda með appelsínubragði
- 1/4 bolli instant teduft með sítrónubragði
- 1/4 tsk malaður múskat

LEIÐBEININGAR:
a) Blandið öllu hráefninu saman.
b) Færðu þig á könnu
c) Hellið sjóðandi vatni yfir.
d) Berið fram heitt eða kælt!

23. Anísfræ kryddað Chai

HRÁEFNI:
- 1 tsk anísfræ, mulin
- 2 kanilstangir
- 1 tommu af engifer, sneið
- Hunang
- 2 tsk þurrkuð laus Echinacea

LEIÐBEININGAR:
a) Blandið saman kryddi og Echinacea í potti með þremur bollum af vatni.
b) Látið suðuna koma upp og látið malla í 1 8 mínútur .
c) Sigtið í krús og bætið hunangi við .

24. Rosmary Wine Chai

HRÁEFNI:
- 1 Flöskuklaret
- 4 bollar af svörtu tei eins og Assam eða Darjeeling
- ¼ bolli Milt hunang
- ⅓ bolli sykur
- 2 Appelsínur skornar þunnar og fræhreinsaðar
- 2 Kanillstangir
- 6 Heilir negull
- 3 Rósmarín greinar

LEIÐBEININGAR:
a) Hellið víninu og teinu í pott sem ekki tærist.
b) Bætið við hunangi, sykri, appelsínum, kryddi og rósmaríni.
c) Látið malla þar til það er varla gufusoðið. Hrærið þar til hunangið er uppleyst.
d) Takið pönnuna af hellunni, hyljið hana og látið malla í 30 mínútur.

25. Brazil Nut Chai Tea Latte

HRÁEFNI:
FYRIR BRASILÍU HNETUMJÓLK:
- 1 bolli hráar Brasilíuhnetur
- 3 bollar ferskt hreint vatn
- 2 Medjool döðlur, gryttar
- 1 tsk vanilluþykkni
- 2 matskeiðar kókossmjör

FYRIR MASALA CHAI:
- 2 tommu stykki af kanilstöng
- 2 stykki af stjörnuanís
- 10 grænir kardimommubelgir, mölaðir
- 6 heil negul
- 10 heil svört piparkorn
- 6 þunnar kringlóttar sneiðar af fersku engifer
- 2 bollar ferskt hreint vatn
- 3 tsk laus svört te lauf

LEIÐBEININGAR:
FYRIR BRASILÍU HNETUMJÓLK:
a) Setjið brasilíuhneturnar í skál og hyljið með hreinu vatni.
b) Látið sitja í 6 klukkustundir, eða yfir nótt.
c) Blandið hnetum saman við 3 bolla af vatni, 2 af döðlunum, vanillu og kókossmjöri.
d) Blandið á miklum hraða í um það bil 1 mínútu.
e) Settu sigti yfir hreint ílát.
f) Setjið ostaklút yfir síuna.
g) Hellið blönduðu mjólkinni yfir ostaklútinn.

FYRIR MASALA CHAI:
h) Blandið öllu kryddinu saman við vatnið í potti.
i) Hitið blönduna að suðu, lækkið síðan hitann niður í suðu.
j) Sjóðið kryddin í 5 mínútur. Slökktu á hitanum.
k) Blandið svörtu telaufunum saman við og látið malla í 10 mínútur. Sigtið í gegnum sigti.
l) Mælið 1 bolla/250 ml af hnetumjólkinni í skál.
m) Hellið 1/2 bolli/125 ml af heitu, krydduðu vatni hægt út í mjólkina og hrærið stöðugt í.
n) Bætið svo mjólkur- og vatnsblöndunni rólega aftur út í restina af kryddvatninu.

26.Pistasíu Iced Chai

HRÁEFNI:

- 2 pokar af svörtu tei Assam te
- 2 bollar Heitt vatn
- 1 tsk rósakonur
- 2 tsk pistasíuhnetur hvítaðar og skornar í sneiðar
- 2 negull
- 1/2 tommu kanill
- 1 kardimommur
- 1 tsk sykur valfrjálst
- 1 klípa af Saffran Ströndum
- 6 ísmolar

LEIÐBEININGAR

a) Frystið glösin í 10 mínútur .
b) Bindið heilu kryddin og teið í múslíndúk.
c) Látið suðuna koma upp í vatnið. Bætið muslin klútnum út í sjóðandi vatnið.
d) Látið tepokana og kryddpokann standa í 5 mínútur .
e) Sigtið í skál. Bætið rósinni og auka sykri út í .
f) Blandið helmingnum af pistasíuhnetunum saman við og hrærið vel.
g) Hellið í frosnu glösin.
h) Setjið nokkra teninga í viðbót ef þarf. Toppið með afganginum af pistasíuhnetunum og saffraninu.
i) Berið fram kælt strax.

27.Chai Boba te

HRÁEFNI:
- 1 bolli heitt vatn
- 2 tepokar af chai
- 1-2 matskeiðar Púðursykur
- ⅛ bolli mjólk
- ⅛ bolli gufuð mjólk
- ¼ bolli tapíókaperlur

LEIÐBEININGAR:
a) Látið sjóða einn bolla af vatni.
b) Bætið við 2 chai tepokum og látið malla í 5 mínútur.
c) Hellið því í glas og á meðan það er enn heitt hrærið 1-2 matskeiðar af púðursykri, eftir því hversu sætan þú vilt hafa hann.
d) Bætið síðan uppgufðri mjólk og venjulegri mjólk út í og hrærið.
e) Bætið svo tapíókaperlum við.

28.Mint appelsínu Chai

HRÁEFNI:
- 3 bollar Mjög sterkt te
- ½ bolli appelsínusafi
- ⅓ bolli Sítrónusafi
- 1 teskeið Sykur
- 2 bollar Engiferöl
- Myntu
- Appelsínusneiðar

LEIÐBEININGAR:
a) Blandið saman tei, appelsínusafa, sítrónusafa og sykri. Slappaðu af.
b) Bætið 2 bollum af engiferöli.
c) Hellið yfir ís.
d) Skreytið með myntu og appelsínusneiðum. Afrakstur: 6 drykkir.

29. Rosy Black Chai

HRÁEFNI:
- 2 hlutar rósablöð
- 1 hluti svart te

LEIÐBEININGAR:
a) Settu rósablöðin og svart te í glerkrukku.
b) Hristið þar til það hefur blandast vel saman. Fyrir einn skammt, setjið eina teskeið af tei í sigti.
c) Settu síuna í uppáhalds krúsina þína. Hellið átta aura af sjóðandi vatni yfir teið.
d) Látið malla í ekki meira en 5 mínútur. Fjarlægðu teið og njóttu.

30.Hibiscus Rose Chai

HRÁEFNI:
- 2 bollar vatn
- 2 bollar mjólk
- 4 tsk svört telauf eða 4 tepokar
- 2 matskeiðar þurrkuð hibiscus blöð
- 1 matskeið þurrkuð rósablöð
- Sykur eða hunang eftir smekk e

LEIÐBEININGAR:
a) Látið vatn, mjólk, hibiscusblöð og rósablöð sjóða rólega í potti.
b) Bætið telaufunum eða pokunum út í og látið malla í 5-7 mínútur.
c) Sigtið k haíið, sættið með sykri eða hunangi og njótið blómainnrennslisins.

31. Arabískt pistasíutespotti

HRÁEFNI:
- 2 bollar sterkt arabískt svart te, bruggað
- ¼ bolli skurnar pistasíuhnetur, muldar
- 2 matskeiðar hunang eða einfalt síróp (stilla eftir smekk)
- ½ tsk möluð kardimommur
- ¼ tsk vanilluþykkni
- Ísmolar
- Mistar pistasíuhnetur til skrauts
- Myntulauf og granateplafræ til skrauts

LEIÐBEININGAR:
a) Bruggaðu sterkan bolla af arabísku svörtu tei. Þú getur notað laus telauf eða tepoka, allt eftir því sem þú vilt.
b) Myljið pistasíuhneturnar í mortéli eða með matvinnsluvél í grófa bita. Setja til hliðar.
c) Í blöndunarskál, blandaðu saman bruggað svart te, muldar pistasíuhnetur, hunang eða einfalt síróp, malaða kardimommu og vanilluþykkni. Hrærið vel til að blanda bragðinu saman.
d) Leyfið blöndunni að kólna niður í stofuhita. Þú getur geymt það í kæli til að fá hraðari kælingu.
e) Þegar það hefur kólnað skaltu fylla skammtaglös með ísmolum.
f) Hellið pistasíu-teinu yfir ísinn í hverju glasi.
g) Skreytið hvert glas með stökkva af muldum pistasíuhnetum, granateplafræjum og nokkrum myntulaufum til að fá frískandi snertingu.
h) Hrærið varlega áður en þið soðið til að tryggja að öll bragðefnin séu vel sameinuð.

32.Nutty Chai Bliss

HRÁEFNI:
- 2 bollar heitt bruggað chai te
- ¼ bolli möndlumjólk
- 2 matskeiðar hunang
- ¼ tsk malaður kanill
- ¼ tsk möndluþykkni
- Ísmolar
- Saxaðar pistasíuhnetur til skrauts

LEIÐBEININGAR:
a) Bruggið chai te samkvæmt leiðbeiningum á pakka.
b) Blandið í sérstakri skál möndlumjólk, hunangi, möluðum kanil og möndluþykkni.
c) Hellið brugguðu chai teinu í glös fyllt með ísmolum.
d) Hellið möndlumjólkurblöndunni varlega yfir chai teið.
e) Hrærið létt til að sameina bragðið.
f) Skreytið með söxuðum pistasíuhnetum.

33. Hyderabadi Dum Chai

Hráefni:
- 1 bolli vatn
- 2 msk teduft
- 1 msk sykur
- 1 tommu engifer
- 6 fræbelgir kardimommur
- ½ tsk pipar
- 1 tommu kanill
- ½ tsk negull
- 2 bollar mjólk

LEIÐBEININGAR:
a) Í fyrsta lagi skaltu taka 1 bolla af vatni í litlu íláti.
b) Bindið klút ofan á með gúmmíbandi eða þræði.
c) Bætið við 2 msk tedufti, 1 msk sykri, 1 tommu engifer, 6 fræbelgjum kardimommum, ½ tsk pipar, 1 tommu kanil og ½ tsk negul.
d) Settu ílátið í eldavélina.
e) Bætið smá vatni á botninn á eldavélinni.
f) Lokið og þrýstieldið í 1 flaut eða þar til öll bragðefnin hafa tekið upp í vatnið.
g) Eftir að þrýstingurinn hefur lagst niður skaltu kreista afsoðið af klútnum.
h) Sterkt te decoction er tilbúið.
i) Takið 2 bolla af mjólk í pott og náið suðu.
j) Bætið við tilbúnum tedeyði og blandið vel saman.
k) Láttu teið sjóða.
l) Að lokum, njóttu dum ki chai uppskriftar með smá kexi.

Morgunmatur

34. Chai Latte hafragrautur

HRÁEFNI:

- 180ml undanrennu
- 1 matskeið ljós mjúkur púðursykur
- 4 kardimommubælgar, opnar
- 1 stjörnu anís
- ½ tsk malað engifer
- ½ tsk malaður múskat
- ½ tsk malaður kanill
- 1 hafrapoki

LEIÐBEININGAR:

a) Setjið mjólk, sykur, kardimommur, stjörnuanís og ¼ teskeið af hverri engifer, múskat og kanil á litla pönnu og látið sjóða, hrærið öðru hverju, þar til sykurinn hefur leyst upp.

b) Sigtið í könnu, fleygið öllu kryddinu, setjið svo aftur á pönnuna og notið mjólkina með innrennsli til að elda hafrana samkvæmt pakkningaleiðbeiningum. Skeið í skál.

c) Blandið ¼ teskeiðinni sem eftir er af hverjum engifer, múskat og kanil saman þar til það er jafnt blandað og notaðu síðan til að dusta toppinn af grautnum með því að nota latte sniðmát til að búa til einstakt mynstur, ef þú vilt.

35.Chai kryddað heitt súkkulaði

HRÁEFNI:
- 2 bollar mjólk (mjólkur- eða önnur mjólk)
- 2 matskeiðar kakóduft
- 2 matskeiðar sykur (stilla eftir smekk)
- 1 tsk chai te lauf (eða 1 chai tepoki)
- ½ tsk malaður kanill
- ¼ tsk möluð kardimommur
- Klípa af möluðu engifer
- Þeyttur rjómi og stráð af kanil til skrauts

LEIÐBEININGAR:
a) Hitið mjólkina í potti yfir meðalhita þar til hún er heit en ekki sjóðandi.
b) Bætið chai telaufunum (eða tepokanum) út í mjólkina og látið malla í 5 mínútur. Fjarlægðu teblöðin eða tepokann.
c) Hrærið saman kakódufti, sykri, kanil, kardimommum og engifer í lítilli skál.
d) Þeytið kakóblöndunni smám saman út í heitu mjólkina þar til hún hefur blandast vel saman og mjúk.
e) Haltu áfram að hita kryddaða heita súkkulaðið, hrærið af og til, þar til það nær tilætluðum hita.
f) Hellið í krús, toppið með þeyttum rjóma og stráið kanil yfir. Berið fram og njótið!

36. Grasker Chai pönnukökur

HRÁEFNI:
- 1 bolli alhliða hveiti
- 2 matskeiðar kornsykur
- 1 tsk lyftiduft
- ½ tsk matarsódi
- ¼ teskeið salt
- 1 tsk malaður kanill
- ½ tsk malað engifer
- ¼ tsk malaður negull
- ¼ tsk möluð kardimommur
- ¼ tsk malaður múskat
- 1 bolli súrmjólk
- ½ bolli graskersmauk
- ¼ bolli mjólk
- 1 stórt egg
- 2 matskeiðar bráðið smjör

LEIÐBEININGAR:
a) Þeytið saman í stóra skál hveiti, sykur, lyftiduft, matarsóda, salt, kanil, engifer, negul, kardimommur og múskat.
b) Þeytið saman súrmjólk, graskersmauki, mjólk, eggi og bræddu smjöri í annarri skál.
c) Hellið blautu hráefnunum í þurrefnin og hrærið þar til það hefur blandast saman.
d) Hitið pönnu eða pönnu sem festist ekki við meðalhita og smyrjið létt.
e) Hellið ¼ bolla af deigi á pönnu fyrir hverja pönnuköku. Eldið þar til loftbólur myndast á yfirborðinu, snúið svo við og eldið í 1-2 mínútur í viðbót.
f) Endurtaktu með afganginum af deiginu. Berið pönnukökurnar fram með ögn af þeyttum rjóma, stökki af kanil og skvettu af hlynsírópi.

37.Kryddað haframjöl með Chai

HRÁEFNI:
- 3 ½ bollar nýmjólk, skipt
- 2 bollar vatn
- ¼ teskeið salt
- 2 bollar gamaldags rúllaðir hafrar
- 1 tsk malaður kanill
- ½ tsk malað engifer
- ½ tsk möluð kardimommur
- 4 tsk dökk púðursykur

ÁFLYTTIR:
- Ávextir, fræ og hnetur

LEIÐBEININGAR:
a) Í meðalstórum potti skaltu sameina 3 bolla af mjólk, 2 bolla af vatni og saltinu. Látið suðuna koma upp, án loks, við meðalháan hita, hrærið af og til.
b) Bætið höfrunum saman við og lækkið hitann í miðlungs. Eldið, hrærið af og til, þar til blandan verður rjómalöguð og nógu þykk til að hjúpa bakhlið skeiðar. Þetta ætti að taka um það bil 8 til 10 mínútur.
c) Hrærið möluðum kanil, engifer og kardimommum út í og tryggið að þau séu vel sameinuð. Þetta ætti að taka um 30 sekúndur.
d) Takið pottinn af hellunni, setjið lok á hann og látið standa án truflana þar til mest af vökvanum hefur verið frásogast. Þetta tekur venjulega um 3 mínútur.
e) Skiptið haframjölinu í 4 skálar og toppið hvern skammt með púðursykri og ½ bolli af mjólk sem eftir er.
f) Toppaðu með uppáhalds ávöxtunum þínum, fræjum og hnetum.

38. Chai-kryddað franskt brauð

HRÁEFNI:
- 1 matskeið kornsykur
- 1 tsk malaður kanill
- ¼ teskeið malað engifer
- ¼ tsk kardimommur
- ¼ teskeið af kryddjurtum
- ¼ tsk malaður negull
- Klípa af salti
- 4 stór egg
- ¾ bolli mjólk
- 1 ½ tsk vanilluþykkni
- 4 matskeiðar smjör
- 8 sneiðar brioche eða challah brauð, sneið ¾-1 tommu þykk

LEIÐBEININGAR:
a) Í miðlungs grunnri skál, þeytið saman kornsykur, malað krydd (kanil, engifer, kardimommur, kryddjurt, negull) og klípa af salti. Setjið þessa kryddblöndu til hliðar.
b) Forhitið eldfast pönnu yfir miðlungs lágan hita.
c) Þeytið egg, mjólk og vanilluþykkni út í kryddblönduna í grunnu skálinni.
d) Bræðið tvær matskeiðar af smjöri í forhitaðri pönnu.
e) Dýfið brauðsneiðunum í vanilósablönduna og passið að þær séu húðaðar á báðum hliðum. Þetta ætti að taka um 2-3 sekúndur á hvorri hlið.
f) Pönnsteiktu húðuðu sneiðarnar, vinnðu í lotum af 2 eða 3 í einu, allt eftir stærð pönnu þinnar. Eldið í um 3-3 ½ mínútur á hvorri hlið eða þar til þær verða gullinbrúnar, bætið við meira smjöri eftir þörfum.
g) Endurtaktu ferlið með afgangskreminu og brauðsneiðunum.
h) Berið chai-kryddað franskt ristað brauð fram heitt, ásamt smjöri og sírópi eða uppáhalds álegginu þínu.
i) Njóttu dýrindis og ilmandi Chai-kryddað franskt ristað brauð!

39. Chai Latte muffins með Chai-krydduðum Streusel

HRÁEFNI:
FYRIR STREUSEL:
- ½ bolli kornsykur
- ½ tsk malaður kanill
- ¼ teskeið malað engifer
- ¼ tsk möluð kardimommur
- 5 matskeiðar alhliða hveiti
- 3 matskeiðar saltað smjör

FYRIR MUFFINS:
- 1 bolli nýmjólk
- 2 chai tepokar
- 2 ¼ bollar alhliða hveiti
- 1 bolli kornsykur
- 2 ½ tsk lyftiduft
- ⅔ teskeið salt
- 2 stór egg, við stofuhita
- ½ bolli jurtaolía
- 1 ½ tsk vanilluþykkni

LEIÐBEININGAR:
FYRIR STREUSEL:
a) Blandið saman sykri, möluðum kanil, möluðum engifer, malaðri kardimommu og hveiti í lítilli skál.
b) Notaðu sætabrauðshníf eða gaffal til að skera smjörið í þurrefnin. Setjið þessa streusel blöndu til hliðar.

FYRIR MUFFINS:
c) Forhitaðu ofninn þinn í 350°F (175°C).
d) Klæðið muffinsform með pappírsfóðri eða spreyið þær með bökunarspreyi. Setja til hliðar.
e) Blandið saman nýmjólkinni og chai tepokanum í litlum potti.
f) Hitið mjólkina að gufu, takið hana síðan af hellunni og leyfið henni að malla í að minnsta kosti 5 mínútur.
g) Í stórri skál, þeytið saman alhliða hveiti, kornsykur, lyftiduft og salt. Setjið þessa þurru blöndu til hliðar.
h) Í meðalstórri skál, þeytið saman egg, jurtaolíu, vanilluþykkni og te-innrennsli.

i) Hellið blautu hráefnunum yfir þurrefnin og hrærið þar til þurrefnin eru að fullu blandað saman.
j) Fylltu hvern muffinsbolla um það bil ¾ fullan af muffinsdeiginu.
k) Toppaðu hverja muffins með ríkulegu magni af tilbúinni streusel blöndunni.
l) Bakið í forhituðum ofni í 15-18 mínútur, eða þar til muffinsin eru tilbúin. Þú getur athugað hvort það sé tilbúið með því að stinga tannstöngli í miðju muffins – það ætti að koma hreint út eða með nokkrum rökum mola.
m) Leyfið muffinsunum að kólna aðeins áður en þær eru bornar fram.
n) Njóttu yndislegra Chai Latte muffins með Chai-krydduðum Streusel sem bragðgóðu morgunverðarnammi!

40. Chai-kryddað Super Chunky Granola

HRÁEFNI:
- ¼ bolli möndlusmjör (eða hvaða hnetusmjör sem er að eigin vali)
- ¼ bolli hlynsíróp
- 2 tsk vanilluþykkni
- 5 tsk malaður kanill
- 2-3 tsk malað engifer
- 1 tsk möluð kardimommur
- 1 ½ bolli hafrar (vertu viss um að vera glúteinlaus ef þörf krefur)
- ½ bolli valhnetur eða pekanhnetur, gróft saxaðar
- ¾ bolli ósykraðar kókosflögur
- ¼ bolli hrá graskersfræ (pepitas)

LEIÐBEININGAR:

a) Forhitaðu ofninn þinn í 325 gráður F (160 ° C) og klæððu bökunarplötu í venjulegri stærð með bökunarpappír.

b) Blandið saman möndlusmjöri, hlynsírópi, vanilluþykkni, möluðum kanil, möluðum engifer og malaðri kardimommu í meðalstórri blöndunarskál. Þeytið þar til blandan er slétt.

c) Bætið höfrum, söxuðum valhnetum eða pekanhnetum, ósykruðum kókosflögum og hráum graskersfræjum í skálina með möndlusmjörblöndunni. Blandið vandlega saman til að tryggja að öll þurru innihaldsefnin séu jafnhúðuð.

d) Flyttu granólablönduna yfir á tilbúna bökunarplötuna og dreifðu henni í jafnt lag. Ef þú ert að búa til stærri lotu skaltu nota fleiri bökunarplötur eftir þörfum.

e) Bakið í forhituðum ofni í 20-25 mínútur. Vertu vakandi undir lokin til að koma í veg fyrir bruna. Granólið er tilbúið þegar það er orðið ilmandi og dökknar á litinn.

f) Athugið: Ef þú vilt frekar þykkt granóla skaltu forðast að henda því á meðan þú bakar. Hrærið eða kastið granólunni aðeins á miðri leið til að brjóta upp allar kekkjur til að fá áferðina.

g) Þegar granola er sýnilega brúnt og ilmandi skaltu fjarlægja það úr ofninum. Kasta granola varlega til að leyfa umframhita að sleppa. Leyfið því að kólna alveg á ofnplötu eða í hitaþolinni skál.

h) Geymið chai-kryddað ofurklumpað granóla í lokuðu íláti við stofuhita í allt að 1 mánuð, eða í frysti í allt að 3 mánuði.

i) Njóttu granólunnar eitt og sér, með mjólk, jógúrt, eða stráð ofan á haframjöl fyrir yndislegan morgunmat eða snarl!

41.Chai vöfflur með bananasírópi

HRÁEFNI:
ÞURR HÁFALDI
- 1 ½ bolli haframjöl
- 2 matskeiðar örvarótarsterkju
- 2 tsk lyftiduft
- 1 ¼ tsk kanill
- ½ tsk malað engifer
- ½ tsk möluð kardimommur
- ¼ tsk múskat
- ¼ teskeið salt
- ⅛ teskeið malaður negull

BLAUTT HÁFALDI
- 1 ¼ bolli ósykrað möndlu- eða sojamjólk
- 3 matskeiðar möndlusmjör
- 2 matskeiðar hlynsíróp
- 1 tsk vanilluþykkni

BANANA RJÓMSíróp:
- 1 stór þroskaður banani
- ½-¾ bolli ósykrað möndlu- eða sojamjólk
- 2 medjool döðlur, hellaðar og lagðar í bleyti
- 1 tsk hlynsíróp
- ¾ tsk vanilluþykkni
- ⅛ teskeið kanill
- Klípa af salti
- Valfrjálst: 2 matskeiðar hampfræ eða 1-2 matskeiðar hnetusmjör

LEIÐBEININGAR:
FYRIR CHAI vöfflurnar:
a) Blandið öllum þurrefnunum saman í stóra skál og blandið þar til það hefur blandast vel saman. Setja til hliðar.

b) Stilltu vöffluvélina á meðalhita eða notaðu stillingu sem jafngildir 4 á standandi Cuisinart vöffluvél.

c) Blandið öllu blautu hráefninu saman í blandara (ósykrað möndlu- eða sojamjólk, möndlusmjör, hlynsíróp og vanilluþykkni). Blandið þar til blandan er slétt.

d) Bætið blautu hráefnunum úr blandarann saman við þurrefnin í skálinni. Blandið vandlega þar til það hefur blandast vel saman.
e) Hellið vöffludeiginu í vöffluvélina og eldið samkvæmt leiðbeiningum vöfflugerðar. Að öðrum kosti, ef þú átt ekki vöffluvél, geturðu notað pönnu sem festist ekki. Hellið ¼ - ⅓ bolla af deiginu á heita pönnu sem festist ekki, eldið í 3-5 mínútur, snúið við og eldið í 2-3 mínútur í viðbót. Endurtaktu með afganginum af deiginu til að búa til vöfflur eða pönnukökur.
f) Berið fram Chai vöfflur með ferskum ávöxtum og bananasírópinu eða sætuefninu sem þú vilt.

FYRIR BANANRJÓMSírópið:
g) Leggið Medjool döðlurnar í bleyti í skál með heitu vatni í 15 mínútur. Taktu þá úr vatninu og tæmdu vel. Fjarlægðu gryfjurnar af döðlunum.
h) Bætið döðlunum, þroskuðum banananum, hlynsírópinu, vanilluþykkni, kanil og klípu af salti (og valfrjálst hampfræ eða hnetusmjör ef þess er óskað) í háhraða blandara.
i) Blandið þar til blandan er slétt. Ef þörf krefur skaltu bæta við meiri möndlu- eða sojamjólk til að ná æskilegri sírópssamkvæmni.
j) Látið sírópið sitja í 5 mínútur áður en það er borið fram.
k) Njóttu Chai vöfflanna með bananasírópi fyrir hlýjan, huggulegan og ljúffengan morgunverð!

42.Chai Biscotti með hvítu súkkulaðiskraut

HRÁEFNI:
CHAI KRYDDBLANDA:
- 1 matskeið malaður kanill
- 2 tsk mala kardimommur
- 2 tsk malað engifer
- 1 tsk malaður múskat
- 1 tsk malaður negull
- ½ tsk malað pipar

BISCOTTI:
- ½ bolli ósaltað brúnt smjör, við stofuhita
- ½ bolli ljós púðursykur
- ½ bolli kornsykur
- 2 stór egg, við stofuhita
- 2 tsk vanillubaunamauk
- 2 ¼ bollar alhliða hveiti
- 1 ¼ tsk lyftiduft
- 1 msk chai kryddblanda
- ½ tsk kosher salt

ÁFLAG:
- 4 aura hvítt súkkulaði, brætt
- ½ tsk chai kryddblanda

LEIÐBEININGAR:
FYRIR CHAI KRYDDBLANDUNA:
a) Sigtið saman allt hráefnið fyrir chai kryddblönduna í lítilli skál. Geymið það í loftþéttum umbúðum til notkunar í framtíðinni.

FYRIR BISCOTTI:
b) Forhitaðu ofninn þinn í 350°F (175°C) og klæddu bökunarplötu með bökunarpappír.
c) Þeytið saman púðursmjöri, púðursykri og strásykri í skálinni á hrærivélarvélinni sem er með spaðafestingunni (eða í stórri skál með handþeytara), þar til blandan er slétt.
d) Bætið eggjunum og vanillubaunamaukinu (eða vanilluþykkni) út í og þeytið þar til það hefur blandast saman.
e) Bætið út í alhliða hveiti, lyftidufti, chai kryddblöndu og kosher salti. Blandið þar til öll innihaldsefnin eru að fullu innifalin.

f) Skiptið deiginu í tvo jafna hluta. Settu hvern hluta á annarri hliðinni á tilbúnu bökunarplötunni og klappaðu þeim í tvo 10 tommu x 2 tommu rétthyrninga, hver um sig um 1 tommu þykkt. Þú getur bleyta hendurnar létt til að hjálpa þér við þetta skref.
g) Bakið í 20 til 30 mínútur, eða þar til biscotti-stokkarnir eru gullinbrúnir út um allt. Takið þær úr ofninum og leyfið þeim að kólna í 25 til 30 mínútur.
h) Lækkið ofnhitann í 325°F (160°C).
i) Flyttu biscotti-stokkana varlega yfir á skurðbretti. Notaðu úðaflösku fyllta með vatni við stofuhita til að sprauta stokkunum létt (aðeins eitt úða á hvern hluta). Bíddu í um það bil 5 mínútur og notaðu síðan mjög beittan hníf til að skera biscotti í ½ tommu breiða bita.
j) Settu biscottisneiðarnar aftur á bökunarplötuna, stilltu þeim upp með um það bil ½ tommu bili á milli hverrar þeirra til að leyfa loftflæði. Bakið í 25 til 30 mínútur í viðbót, eða þar til þær eru þurrar og gullnar.
k) Fjarlægðu biscotti úr ofninum og færðu þau yfir á vírgrind til að kólna í stofuhita.

FYRIR ÁFLAÐIÐ:

l) Bræðið hvíta súkkulaðið í 30 sekúndna millibili í örbylgjuofnþolinni skál þar til það er slétt.
m) Ef þess er óskað, bætið litlu magni af chai kryddblöndunni við brædda hvíta súkkulaðið og hrærið.
n) Dreypið brædda hvíta súkkulaðinu yfir toppana á chai biscotti.
o) Leyfið súkkulaðinu að harðna að fullu áður en biscottiið er geymt.
p) Berið fram chai-kryddað biscotti með uppáhalds chai latte eða kaffi fyrir yndislega skemmtun!
q) Njóttu heimabakaðs Chai Biscotti með hvítu súkkulaðidreypi!

43.Chai-kryddaðir Cruffins

HRÁEFNI:
FYRIR SMJÖRKLOKKINN:
- 2 stangir kalt ósaltað smjör, skorið í teninga

FYRIR BRIOCHE DEIGIÐ:
- 2 ¾ bollar alhliða hveiti
- 3 matskeiðar sykur
- 1 ½ tsk kosher salt
- 1 matskeið instant ger
- 3 stór egg, þeytt
- ¼ bolli mjólk, við stofuhita
- 10 matskeiðar smjör, skorið í 10 bita, við stofuhita

FYRIR CHAI-KRYDDAN SYKUR:
- 1 bolli sykur
- 1 matskeið malaður kanill
- 1 matskeið malað engifer
- 1 msk maluð kardimommur
- 1 tsk malaður negull
- 1 tsk malaður múskat
- 1 tsk malað pipar
- 1 tsk malaður svartur pipar

FYRIR eggjaþvottinn:
- 1 egg, þeytt með 1 tsk vatni

LEIÐBEININGAR:
FYRIR SMJÖRKLOKKINN:
a) Látið smjörið standa við stofuhita í um það bil 5 mínútur.
b) Útbúið smjörpappírspakka til að móta smjörblokkina. Skerið stykki af smjörpappír í 15" x 18" og brjótið það í tvennt í 15" x 9".
c) Mældu 4" frá efri og neðri brúnum, brjóttu síðan meðfram merkjunum til að búa til 7" x 9" pakka. Að lokum skaltu mæla 2" frá opnu brúninni og brjóta meðfram merkinu til að búa til 7" x 7" pakka. Leggðu þetta til hliðar.
d) Þeytið smjörið á lágum hraða í hrærivél með róðrafestingu þar til það verður mjúkt, sveigjanlegt og slétt (án þess að innihalda loft), sem ætti að taka 1-2 mínútur.

e) Brettu smjörpappírspakkanum út og settu smjörið á einn af 7" x 7" ferningunum. Brjótið smjörpappírinn meðfram upprunalegu brotunum til að umlykja smjörið. Notaðu fingurna eða kökukefli til að dreifa smjörinu jafnt í pakkanum, sem gerir hann að fullkomnum 7" x 7" ferningi. Kælið smjörblokkina í kæli á meðan þið útbúið deigið.

FYRIR BRIOCHE DEIGIÐ:
f) Í skál hrærivélar með deigkrók, bætið þurrefnunum saman við og blandið stuttlega í höndunum til að blanda saman. Bætið þeyttum eggjum, mjólk og smjörsneiðum við stofuhita út í. Blandið á lágum hraða í um 1 mínútu þar til þurrefnin eru vætt. Aukið svo hraðann í miðlungs og hnoðið þar til deigið er slétt, glansandi og festist ekki lengur við skálina, sem ætti að taka 20-25 mínútur.
g) Mótið kúlu úr deiginu (það verður mjög mjúkt), setjið það í létt smurða skál, hyljið það og látið hefast í 1 klst. Kælið deigið í nokkrar klukkustundir eða yfir nótt þar til það er vel kælt.

TIL AÐ LAMINERA DEIGIÐ:
h) Taktu smjörblokkina úr kæli til að mýkjast aðeins. Þegar það er kalt en sveigjanlegt, fletjið deigið út á létt hveitistráðu yfirborði í 7 ½" x 14 ½" ferhyrning. Notaðu sætabrauðsbursta til að fjarlægja umfram hveiti.
i) Setjið smjörkubbinn á vinstri helming deigsins, skilið eftir ½" ramma efst, vinstri hlið og neðst. Þrýstu smjörinu jafnt inn í pakkann og tryggðu að það fylli hornin og brúnirnar og myndar fullkominn 7" x 7" ferning. Kælið í 30 mínútur.
j) Eftir kælingu skaltu rúlla deiginu út í 8" x 16" ferhyrning, með löngu brúnirnar samsíða brún borðplötunnar. Brjóttu hægri hliðina yfir smurðu vinstri hliðina og tryggðu að allar brúnir jafnist saman og hornin hittist. Þetta er ein beygja. Hyljið deigið með plastfilmu og kælið í 30 mínútur.
k) Endurtaktu þetta ferli tvisvar sinnum í viðbót (alls þrjár veltur), láttu deigið hvíla í kæliskápnum í að minnsta kosti 1 klukkustund.

MÓTUN OG BASTUR:

l) Undirbúið chai-kryddsykurblönduna með því að blanda öllu kryddinu saman við sykur. Setjið ½ bolla af þessari blöndu til hliðar til síðar.
m) Fletjið lagskipt deigið út í 8 "x 18" ferhyrning. Penslið allt yfirborðið með eggjaþvottinum, skilið eftir ½" brún meðfram annarri langhliðinni án eggjaþvottsins.
n) Stráið chai-krydduðu sykurblöndunni yfir eggjaþvegna hluta deigsins.
o) Rúllaðu deiginu upp í þéttan stokk, byrjaðu á langa brúninni sem er þakinn sykri. Settu rúllusauminn niður til að koma í veg fyrir að hann rúllist af.
p) Klipptu 1 tommu frá hvorum enda stokksins og fargaðu afskurðinum. Skerið stokkinn í átta 2" bita.
q) Setjið hvern bita í muffinsform, hyljið lauslega og látið standa í 1 til 1 ½ klukkustund þar til þeir verða mjög þrútnir, en ekki endilega tvöfaldir að stærð.
r) Undir lok straujunnar skaltu forhita ofninn þinn í 400°F (200°C).
s) Penslið toppana og óvarið hliðar krúsanna varlega með eggjaþvotti og bakið í 18-20 mínútur, eða þar til þær verða gullinbrúnar og innra hitastigið í miðjunni er 190°F (88°C).
t) Látið krumpurnar kólna í nokkrar mínútur, takið þær síðan varlega af pönnunni og hentið þeim út í kryddsykurblönduna á meðan þær eru enn heitar.
u) Settu krydduðu chai cruffins á grind til að kólna.
v) Njóttu heimabakaðra Chai-kryddaða krakkana þína – flöktandi croissant-muffins með yndislegu chai-kryddi ívafi!

44.Chai kryddaðar kanilsnúðar

HRÁEFNI:
FYRIR DEIGIÐ:
- ¾ bolli súrmjólk
- ¼ aura pakki af virku þurrgeri
- ½ bolli kornsykur
- 6 matskeiðar ósaltað smjör, stofuhita
- 1 egg, stofuhita
- ¼ teskeið salt
- 2 ¾ bollar alhliða hveiti

FYRIR CHAI FYLLINGuna:
- 2 matskeiðar ósaltað smjör, stofuhita
- 1 tsk malaður kanill
- 1 tsk möluð kardimommur
- 1 tsk malað engifer
- 1 tsk malaður stjörnuanís
- 1 msk Earl Grey te, malað
- ¼ bolli ljós púðursykur

FYRIR Hlynsglerið:
- 2 matskeiðar kókosmjólk
- 1 matskeið hlynsíróp
- ¾ bolli flórsykur
- ½ tsk vanilluþykkni

LEIÐBEININGAR:
FYRIR DEIGIÐ:
a) Hitið súrmjólkina í örbylgjuofni í 40 sekúndur þar til hún er orðin heit. Notaðu vökvamælisglas fyrir þetta skref. Bætið gerinu og sykrinum út í volga súrmjólkina og blandið saman.
b) Settu smjörið við stofuhita í stóra skál. Hellið sykri/súrmjólkurblöndunni í skálina. Þeytið með handþeytara eða hrærivél þar til smjörið hefur brotnað niður.
c) Bætið egginu og salti út í blönduna. Blandið þar til það er að fullu blandað saman.
d) Bætið að lokum hveitinu saman við og blandið saman þar til það myndast deig.

e) Tæmið deigið á hveitistráðan flöt. Hnoðið í 3 mínútur og látið hefast í klukkutíma. Einnig er hægt að hnoða deigið í hrærivél í jafn langan tíma. Ef deigið virðist enn blautt skaltu bæta við matskeið af hveiti í einu þar til það festist ekki lengur við hendurnar.
f) Hyljið deigið með blautu handklæði eða álpappír og látið hefast í 1 klukkustund, eða þar til það tvöfaldast að stærð.

FYRIR CHAI FYLLINGuna:
g) Á meðan deigið er að lyfta sér, undirbúið kryddblönduna fyrir fyllinguna. Blandið möluðum kanil, kardimommum, engifer, stjörnuanís og Earl Grey te saman í skál. Blandið vel saman og setjið til hliðar.

SAMSETNING:
h) Þegar deigið hefur lokið við að þétta, kýldu loftið út og flettu því út í 12x12 tommu ferning.
i) Dreifið smjöri við stofuhita jafnt yfir yfirborð deigsins.
j) Stráið púðursykri og tilbúnu kryddblöndunni yfir smurt deigið.
k) Rúllaðu deiginu í stokk og skerðu það í 9 jafna bita. Fyrst skaltu skera stokkinn í 3 jafna hluta og skiptu síðan hverjum hluta í 3 jafna hluta.
l) Settu kanilsnúðana í smurða 9x9 tommu pönnu og láttu þær lyfta sér í klukkutíma til viðbótar.

BAKA:
m) Forhitið ofninn í 350°F (177°C).
n) Eftir síðustu sýringu, bakaðu kanilsnúðana afhjúpað í 20-25 mínútur eða þar til brúnirnar eru ljósbrúnar.
o) Fyrir Maple Glaze:
p) Á meðan kanilsnúðarnir bakast skaltu sameina öll gljáa innihaldsefnin - kókosmjólk, hlynsíróp, flórsykur og vanilluþykkni - í skál og blanda þar til slétt er.
q) Leyfið bökuðu kanilsnúðunum að kólna í 5-10 mínútur áður en gljáanum er hellt yfir þær.

45. Chai kryddbrauð

HRÁEFNI:
FYRIR BRAUÐIÐ:
- ½ bolli ósaltað smjör, mildað
- ¾ bolli kornsykur
- 2 stór egg
- 2 tsk vanilluþykkni
- ½ bolli chai te eða vatn
- ⅓ bolli mjólk
- 2 bollar alhliða hveiti
- 2 tsk lyftiduft
- ½ tsk salt
- 1 tsk möluð kardimommur
- ½ tsk malaður kanill
- ¼ tsk malaður negull

FYRIR GLÍAN:
- 1 bolli flórsykur
- ¼ tsk vanilluþykkni
- 3 tsk mjólk

LEIÐBEININGAR:
FYRIR BRAUÐIÐ:
a) Hitið ofninn í 350°F (175°C) og smyrjið brauðform með eldunarúða.
b) Þeytið mjúkt smjör og strásykur saman í stórri skál þar til blandan er létt og loftkennd.
c) Þeytið eggin, vanilluþykkni, chai te (eða vatn) og mjólk út í þar til innihaldsefnin hafa blandast vel saman.
d) Hrærið alhliða hveiti, lyftidufti, salti, möluðum kardimommum, möluðum kanil og möluðum negul saman við þar til það hefur blandast saman.
e) Dreifið deiginu jafnt í tilbúið brauðformið.
f) Bakið við 350°F í 50-60 mínútur eða þar til tannstöngull sem stungið er í miðjuna kemur hreinn út.

FYRIR GLÍAN:
g) Í lítilli skál, hrærið saman flórsykri, vanilluþykkni og mjólk þar til blandan er slétt og vel blandað saman.

h) Þegar brauðið hefur kólnað er gljáanum hellt yfir.
i) Skerið, berið fram og njótið Chai-kryddbrauðsins!

46.Chai kryddaðir eplasafi kleinuhringir

HRÁEFNI:
EPLASÍÐA kleinuhringur:
- ½ bolli minnkaður eplasafi
- 2 ¼ bollar alhliða hveiti, skeiðað og jafnað
- ½ tsk lyftiduft
- ½ tsk matarsódi
- 1 tsk kanill
- ½ tsk múskat
- ½ bolli saltað smjör, brætt
- 1 bolli ljós púðursykur, létt pakkaður
- 2 stór egg, stofuhita
- ½ bolli eplasmjör

CHAI SYKUR:
- 1 bolli kornsykur
- ¼ bolli ljós púðursykur, létt pakkaður
- ½ tsk kanill
- ¼ tsk múskat
- ¼ tsk engifer
- ¼ teskeið negull
- ¼ teskeið af kryddjurtum
- ⅛ teskeið kardimommur
- Örlítil klípa af möluðum svörtum pipar
- ¼ bolli saltað smjör, brætt

KARAMELGLJÁR (VALFRÆST):
- 1 bolli karamella, stofuhita
- 1 bolli flórsykur, skeiðaður og jafnaður
- ¼ tsk kanill

LEIÐBEININGAR:
a) Minnkaðu eplasafi með því að setja 1 ½ bolla af eplasafi í meðalstóran pott við miðlungs lágan hita. Leyfðu því að malla í 10-15 mínútur þar til það er minnkað í ½ bolli.
b) Helltu því í hitaþolna krukku eða bolla og leyfðu því að kólna á meðan þú tekur restina af hráefnunum saman.
kleinuhringir:

c) Forhitið ofninn í 425F (218C) heitan hita (400F/204C hefðbundin) og smyrjið þrjár kleinuhringjaformar (eða eina í einu).
d) Blandið saman hveiti, lyftidufti, matarsóda, kanil og múskat í meðalstórri skál. Setja til hliðar.
e) Í stórri skál, þeytið saman minnkað eplasafi, bræddu smjöri, púðursykri, eggjum og eplasmjöri þar til þau hafa blandast vel saman.
f) Blandið hveitiblöndunni saman við þar til hveitið hefur blandast saman við, notið síðan úðapoka eða skeið til að fylla kleinuhringjaformin.
g) Bakið kleinurnar í um það bil 8-10 mínútur, þar til þeir eru gullinbrúnir og springa aftur þegar þið þrýst varlega á þá.
h) Hvolfið kleinunum á grind og látið þá kólna í nokkrar mínútur.

CHAI SYKUR:

i) Í meðalstórri skál, blandaðu saman kornsykri, púðursykri og kryddi.
j) Einn í einu, penslaðu kleinuhringina með bræddu smjöri og hentu þeim strax út í chai sykurinn þar til þeir eru fullhúðaðir. Endurtaktu með restinni af kleinunum.

KARAMELGLJÁR (VALFRÆST):

k) Ef þú ert að gera heimagerða saltkaramelluuppskriftina mína geturðu gert það áður en þú byrjar svo hún fái tíma að kólna.
l) Blandið 1 bolla af karamellusósu saman við flórsykurinn og kanilinn og þeytið þar til hún er alveg slétt.
m) Dýfðu FLÖTTU kleinuhringjum í gljáa eða dreyfðu ofan á sykraðar kleinur. Ekki dýfa sykruðu kleinunum í gljáann, því þá dettur sykurinn bara ofan í gljáann.

SNÍL

47.Chai kryddaðar smákökur

HRÁEFNI:
- 2 bollar stökkt hrísgrjónakorn
- 1 bolli möndlusmjör
- ½ bolli hunang
- 1 tsk chai kryddblanda (kanill, kardimommur, engifer, negull, múskat)
- 1 tsk vanilluþykkni
- Klípa af salti

LEIÐBEININGAR:
a) Blandið saman stökku hrísgrjónakorni og chai kryddblöndu í stórri blöndunarskál.
b) Hitið í litlum potti möndlusmjör, hunang, vanilluþykkni og salt við lágan hita, hrærið þar til það hefur blandast vel saman.
c) Hellið möndlusmjörsblöndunni yfir morgunkornið og kryddblönduna og blandið þar til allt er jafnhúðað.
d) Mótaðu blönduna í smákökur eða þrýstu henni í fóðrað eldfast mót og skera í stangir.
e) Geymið í kæli í um það bil 1 klukkustund eða þar til það er stíft.

48. Chai kryddaður Churros

HRÁEFNI:
FYRIR CHURROS:
- 1 ½ bolli alhliða hveiti
- 2 matskeiðar chai kryddblanda, skipt
- 2 tsk kosher salt, skipt
- ½ bolli kornsykur
- ½ bolli nýmjólk
- 3 matskeiðar ósaltað smjör
- 1 tsk hreint vanilluþykkni
- 1 lífrænt egg
- Canola olía (til steikingar)
- Súkkulaðisósa, til framreiðslu

FYRIR CHAI KRYDDIN:
- 3 kanilstangir, muldar
- 2 matskeiðar Heill negull
- 1 matskeið heil svört piparkorn
- 1 msk fennelfræ
- 3 tsk Kardimommur
- 2 teskeiðar malað engifer
- 2 tsk Múskat

FYRIR súkkulaðisósuna:
- 6 aura dökkt súkkulaði, saxað
- 1 tsk kókosolía

LEIÐBEININGAR:
FYRIR CHURROS:

a) Blandið saman hveiti, 1 matskeið af chai kryddblöndu og 1 teskeið af salti í stóra skál. Hrærið til að blanda saman.

b) Í sérstakri skál, bætið sykri við afganginum af chai kryddblöndunni og salti. Hrærið til að blanda saman. Setja til hliðar.

c) Í miðlungs potti yfir miðlungs-háum hita, hitið mjólk, smjör, ½ bolla af vatni og vanilluþykkni að suðu. Bætið hveitiblöndunni út í pottinn og hrærið kröftuglega með tréskeið þar til deigið kemur saman, um það bil 1 mínútu. Færið yfir í skálina með hrærivél og látið kólna aðeins.

d) Notaðu spaðafestinguna á meðal-lágum hraða, bætið egginu út í og þeytið þar til deigið er slétt og gljáandi í um það bil 3 mínútur. Fylltu deigið í churro bakara eða tilbúinn sætabrauðspoka með stjörnuodda.
e) Bætið olíu í stóran pott, fyllið hana hálfa leið upp á hliðarnar og hitið í 325°F. Snúðu churro maker fyllt með deigi í 4 tommu langa churros beint í olíuna varlega (eða pípa deigið), og steikið þar til þeir eru gullbrúnir á öllum hliðum, í um það bil 5 mínútur. Flyttu þær yfir á bökunarpappírsklædda ofnplötu. Endurtaktu með afganginum af deiginu.
f) Kasta heitum churros í frátekinni chai-sykurblöndu. Berið fram með volgri súkkulaðisósu.

FYRIR CHAI KRYDDIN:
g) Í kryddkvörn skaltu bæta kanilstöngum, negul, svörtum pipar og fennel. Malið í 2 mínútur að sléttu dufti. Bætið kardimommum, engifer og múskatdufti út í. Malið í 20 sekúndur þar til allt er vel innifalið.
h) Geymið chai kryddblönduna í loftþéttu íláti og notið eftir þörfum.

FYRIR súkkulaðisósuna:
i) Setjið dökkt súkkulaði í örbylgjuofnþolna skál. Bætið við kókosolíu.
j) Hitið súkkulaðiblönduna í örbylgjuofni í 30 sekúndur, hrærið í henni og haldið áfram að hita og hræra í stuttu millibili þar til súkkulaðið er alveg bráðið.
k) Berið súkkulaðisósuna fram með churros. Njóttu!

49. Chai kryddkex

HRÁEFNI:
- 1 bolli alhliða hveiti (120g)
- 1 msk duftformuð svört telauf (úr tepokum)
- ½ tsk malaður kanill
- ¼ tsk möluð kardimommur
- ¼ teskeið malað engifer
- ¼ tsk lyftiduft
- ¼ teskeið salt
- 2 matskeiðar ósaltað smjör, kalt og skorið í teninga
- ¼ bolli mjólk (60 ml)

LEIÐBEININGAR:
a) Byrjaðu á því að forhita ofninn þinn í 350°F (180°C).
b) Í blöndunarskál, blandaðu saman alhliða hveiti, duftformi af svörtu telaufum, möluðum kanil, möluðum kardimommum, möluðum engifer, lyftidufti og salti. Hrærið þurrefnunum þar til þau hafa blandast vel saman.
c) Bætið köldu ósaltuðu smjörinu í teninga út í þurrefnablönduna.
d) Notaðu sætabrauðsskera eða fingurgómana til að vinna smjörið inn í hveitiblönduna þar til það líkist grófum mola. Þetta skref gæti tekið nokkrar mínútur.
e) Hellið mjólkinni út í blönduna og hrærið þar til deig myndast. Deigið ætti að koma saman og vera örlítið klístrað.
f) Fletjið deigið út á hveitistráðu yfirborði í þunnt, jafnt lak. Þú getur notað kökukefli í þessu skyni. Miðaðu að um það bil ⅛ tommu þykkt.
g) Notaðu kökuskera eða hníf til að skera deigið í kexformin sem þú vilt. Setjið þessa niðurskornu bita á bökunarplötu klædda bökunarpappír.
h) Settu bökunarplötuna í forhitaðan ofninn og bakaðu í um það bil 10-12 mínútur, eða þar til kexin verða gullinbrún. Fylgstu vel með þeim þar sem bökunartími getur verið mismunandi eftir þykkt.
i) Þegar þau eru bökuð skaltu fjarlægja kexið úr ofninum og láta þær kólna alveg á vírgrind. Þeir verða stökkari þegar þeir kólna.

50.Chai kryddaðar Madeleines

HRÁEFNI:
- ⅔ bolli ósaltað smjör, brætt
- 2 matskeiðar hunang
- 2 stór egg
- ½ bolli kornsykur
- 1 tsk hreint vanilluþykkni
- 1 bolli alhliða hveiti
- 1 tsk lyftiduft
- 1 tsk malaður kanill
- ½ tsk malað engifer
- ¼ tsk möluð kardimommur
- ¼ tsk malaður negull
- ¼ tsk malaður svartur pipar
- Klípa af salti
- Púðursykur til að strá (valfrjálst)

LEIÐBEININGAR:
a) Bræðið ósaltað smjörið í litlum potti við meðalhita þar til það er alveg bráðnað. Hrærið hunanginu saman við og látið kólna aðeins.
b) Í hrærivélarskál, þeytið eggin og strásykurinn saman þar til það er vel blandað og örlítið froðukennt. Bætið hreinu vanilluþykkni út í og þeytið aftur til að blandast saman við.
c) Í sérstakri skál skaltu sameina alhliða hveiti, lyftiduft, malaðan kanil, malað engifer, malaða kardimommu, malaða negul, malaðan svartan pipar og klípa af salti. Blandið vel saman til að tryggja að kryddin dreifist jafnt.
d) Bætið þurrefnunum smám saman út í eggjablönduna, hrærið varlega eftir hverja viðbót, þar til deigið er slétt og vel blandað.
e) Hellið bræddu smjöri og hunangsblöndunni hægt út í deigið og hrærið stöðugt þar til það er alveg innifalið.
f) Hyljið skálina með plastfilmu og kælið deigið í að minnsta kosti 2 klukkustundir, eða helst yfir nótt. Að kæla deigið mun hjálpa til við að þróa bragðið og bæta áferð madeleinanna.
g) Forhitaðu ofninn þinn í 375°F (190°C). Undirbúðu madeleine pönnu þína með því að smyrja hana með smá bræddu smjöri eða

matreiðsluúða. Ef notast er við non-stick pönnu gæti þetta skref ekki verið nauðsynlegt.

h) Taktu kælda deigið úr kæliskápnum og hrærðu rólega í því til að tryggja að það blandist vel saman. Setjið um það bil 1 matskeið af deiginu í hvert skellaga holrúm á madeleine pönnunni og fyllið þá um það bil þrjá fjórðu.

i) Setjið fyllta madeleineformið í forhitaðan ofninn og bakið í 8-10 mínútur, eða þar til madeleinurnar hafa lyft sér og brúnirnar eru gullbrúnar.

j) Takið pönnuna úr ofninum og látið madeleines kólna á pönnunni í eina eða tvær mínútur áður en þær eru færðar varlega yfir á vírgrind til að kólna alveg.

k) Ef þess er óskað, stráið kældar madeleines með flórsykri til að klára snertingu áður en þær eru bornar fram.

51.Chai kryddaðar ristaðar hnetur

HRÁEFNI:
- 4 bollar af ósaltuðum blönduðum hnetum
- ¼ bolli af hlynsírópi
- 3 matskeiðar af bræddri kókosolíu
- 2 matskeiðar af kókossykri
- 3 teskeiðar af möluðu engifer
- 2 teskeiðar af möluðum kanil
- 2 teskeiðar af möluðum kardimommum
- 1 tsk af möluðu pipar
- 1 tsk af hreinu vanilludufti
- ½ teskeið af salti
- ¼ teskeið af svörtum pipar

LEIÐBEININGAR:
a) Forhitaðu ofninn þinn í 325°F (163°C). Klæðið bökunarplötu með bökunarpappír og setjið til hliðar.
b) Blandið öllum hráefnunum nema hnetunum saman í stóra blöndunarskál. Hrærið vel til að búa til bragðmikla blöndu.
c) Bætið blönduðu hnetunum í skálina og blandið þeim þar til þær eru jafnhúðaðar með kryddblöndunni.
d) Dreifið húðuðu hnetunum á tilbúna bökunarplötuna í jöfnu lagi.
e) Ristið hneturnar í forhituðum ofni í um það bil 20 mínútur. Mundu að snúa pönnunni og hræra í hnetunum hálfa steikingartímann til að tryggja jafna eldun.
f) Þegar það er tilbúið skaltu fjarlægja ristuðu hneturnar úr ofninum og leyfa þeim að kólna alveg.
g) Geymið chai-krydduðu ristuðu hneturnar þínar í loftþéttu íláti við stofuhita fyrir dýrindis snakk.

52. Maple Chai Chex Mix

HRÁEFNI:
- 4 bollar Rice Chex
- 3 bollar Cinnamon Cheerios
- 1,5 bollar ósykraðar kókosflögur (skipt)
- 1 bolli heilar hreinar möndlur
- 2 bollar kringlustangir
- ¼ bolli saltað smjör
- 3 matskeiðar púðursykur
- 1 bolli hlynsíróp (skipt)
- 4 matskeiðar chai krydd (skipt)
- 1 tsk kosher salt (deilt)
- 2 bollar jógúrthúðaðar kringlur

LEIÐBEININGAR:
a) Forhitaðu ofninn þinn í 320°F (160°C) og klæddu bökunarplötu með hliðum með bökunarpappír.
b) Í stórri skál skaltu sameina Rice Chex, Cinnamon Cheerios, 1 bolla af kókosflögum, heilum möndlum og kringlustöngum. Blandið vel saman og setjið til hliðar.
c) Bræðið smjörið í litlum potti yfir meðalhita.
d) Þegar smjörið er bráðið skaltu bæta púðursykrinum, ¾ bolla af hlynsírópi og 1 matskeið af chai kryddi í pottinn. Þeytið allt saman og látið suðuna koma upp.
e) Takið pottinn af hellunni og látið standa í 1 mínútu og hellið svo blöndunni yfir Chex blönduna.
f) Bætið afganginum af chai kryddinu í skálina og hrærið þar til allt hráefnið er jafnhúðað með bræddu smjörblöndunni.
g) Dreifið húðuðu blöndunni á bökunarpappírsklædda ofnplötu, tryggið jafnt lag.
h) Stráið blöndunni með ½ teskeið af kosher salti og setjið bökunarplötuna í ofninn. Bakið í 15 mínútur.
i) Fjarlægðu bökunarplötuna úr ofninum, blandaðu blöndunni og dreifðu henni jafnt yfir bökunarplötuna aftur.
j) Dreypið ¼ bolla af hlynsírópi sem eftir er yfir Chex blönduna og setjið aftur í ofninn. Bakið í 15 mínútur í viðbót.

k) Taktu Chex blönduna út úr ofninum, stráðu henni yfir ½ teskeið af kosher salti sem eftir er og láttu það kólna í 10 mínútur.
l) Eftir að hafa kólnað aðeins skaltu bæta jógúrthúðuðu kringlunum og ½ bolla af rakaðri kókoshnetu sem eftir er í Chex blönduna. Blandið innihaldsefnunum varlega saman og reyndu að skilja nokkra bita eftir ósnortna.
m) Leyfðu Maple Chai Chex Mixinu að kólna alveg áður en það er geymt í loftþéttu íláti. Njóttu yndislegs snarlsins þíns!

53.Chai kryddað Rice Krispie sælgæti

HRÁEFNI:
- ¼ tsk malaður kanill
- ¼ tsk möluð kardimommur
- ¼ tsk malaður negull
- ¼ teskeið malað engifer
- ¼ tsk malaður stjörnuanís
- 1 msk Earl Grey te, duftformað
- 6 bollar Rice Krispie korn
- 3 matskeiðar ósaltað smjör, brætt
- 10 aura marshmallows

LEIÐBEININGAR:
a) Klæðið 9x9 bökunarform með smjörpappír.
b) Byrjaðu á því að búa til chai kryddblönduna. Sameina kardimommur, kanil, negul, engifer, stjörnuanís og Earl Grey te í kryddkvörn eða matvinnsluvél. Púlsaðu þar til kryddið er malað í fínt duft. Setja til hliðar.
c) Settu Rice Krispie kornið í stóra skál og settu það til hliðar.
d) Bræðið smjörið í meðalstórum potti yfir meðalhita. Bætið chai kryddblöndunni og marshmallows út í. Hrærið þar til allt hefur blandast vel saman.
e) Hellið chai-krydduðu marshmallowblöndunni yfir Rice Krispie kornið frá skrefi 3. Hrærið þar til kornið er jafnhúðað.
f) Skeið Rice Krispie blöndunni í tilbúið 9x9 bökunarformið og þrýstið því niður með spaða til að dreifa því jafnt.
g) Setjið réttinn til hliðar og látið hann kólna í um það bil 10 mínútur áður en þið skerið og berið fram yndislegu Chai Spice Rice Krispie-nammið. Njóttu!

54.Chai Spice orkuboltar

HRÁEFNI:
- 1 ½ bolli hráar kasjúhnetur (210g)
- ½ tsk kosher salt
- 1 tsk kanill
- ½ tsk malað engifer
- ¼ tsk kardimommur
- 2 bollar Medjool döðlur, holhreinsaðar og pakkaðar (380g)

LEIÐBEININGAR:
a) Setjið kasjúhneturnar og kryddið í matvinnsluvél með S-blaði. Vinnið í um eina mínútu.
b) Bætið grófum Medjool döðlum út í. Vinnið í 1-2 mínútur til viðbótar þar til blandan byrjar að klessast saman í örgjörvanum. Stöðvaðu örgjörvann og prófaðu blönduna með því að kreista lítið magn í lófa þínum; það á að vera mjög mjúkt og festast auðveldlega saman.
c) Rúllaðu blöndunni í 1 ¼ tommu kúlur, um það bil 30g hver.
d) Geymið orkukúlurnar í loftþéttu íláti í ísskápnum eða frystið þær.
e) Njóttu þessara ljúffengu Chai Spice orkubolta hvenær sem þú þarft fljótlegt og næringarríkt snarl!

55. Chai-kryddaðir Snickerdoodles

HRÁEFNI:
- ½ bolli sykur
- 2 tsk mala kardimommur
- 2 tsk malaður kanill
- ½ tsk malað engifer
- ½ tsk malaður negull
- ¼ tsk malaður múskat
- ½ bolli smjör, mildað
- ½ bolli stytting
- 1 bolli sykur
- 2 stór egg, stofuhita
- 1 tsk vanilluþykkni
- 2-¾ bollar alhliða hveiti
- 2 tsk rjómi af tartar
- 1 tsk matarsódi
- Dash salt
- 1 pakki (10 aura) kanilbökunarflögur

LEIÐBEININGAR:
a) Forhitið ofninn í 350°F (175°C).
b) Blandið fyrstu 6 hráefnunum saman fyrir kryddsykurinn.
c) Í stórri skál, kremið saman mjúka smjörið, stytting, sykur og 2 matskeiðar af kryddsykri þar til blandan er létt og loftkennd, sem ætti að taka um 5-7 mínútur.
d) Þeytið eggin og vanilluna út í.
e) Í annarri skál, þeytið saman hveiti, vínsteinsrjóma, matarsóda og salt.
f) Þeytið þurrefnunum smám saman út í rjómablönduna.
g) Hrærið kanilbökunarflögum saman við.
h) Kælið deigið, þakið, þar til það er nógu þétt til að mótast, sem ætti að taka um 1 klukkustund.
i) Mótaðu deigið í 1 tommu kúlur og rúllaðu þeim upp úr kryddsykrinum sem eftir er.
j) Settu kúlurnar með 2 tommu millibili á smurðar bökunarplötur.
k) Bakið þar til þær eru stífnar, sem ætti að taka 11-13 mínútur.
l) Takið kökurnar af formunum og látið þær kólna á vírgrind.

56.Kryddað helluborðspopp

HRÁEFNI:
- 1 matskeið olía
- ½ bolli (100 g) ósoðnir poppkornskjarna
- 1 tsk gróft sjávarsalt
- 1 tsk garam masala, Chaat Masala eða Sambhar Masala

LEIÐBEININGAR:
a) Hitið olíuna á meðalháum hita á djúpri, þungri pönnu.
b) Bætið poppkornskjörnum út í.
c) Lokið pönnunni og stillið hitann í miðlungs lágan.
d) Eldið þar til hvellhljóðið hægir á, 6 til 8 mínútur.
e) Slökktu á hitanum og láttu poppið sitja með loki á í 3 mínútur í viðbót.
f) Stráið salti og masala yfir. Berið fram strax.
g) Taktu einn papad í einu með töng og hitaðu hann yfir helluborðinu. Ef þú ert með gaseldavél, eldaðu hana rétt yfir loganum og gætið þess að blása út bitana sem kvikna í. Snúðu þeim stöðugt fram og til baka þar til allir hlutar eru soðnir og stökkir. Ef þú notar rafmagnseldavél skaltu hita þá á vírgrind sem sett er yfir brennarann og snúa stöðugt þar til þau eru stökk. Verið varkár - þeir brenna auðveldlega.
h) Staflaðu papadunum og berið strax fram sem snarl eða með kvöldmatnum.

57. Masala Papad

HRÁEFNI:
- 1 (6–10 telja) pakki keyptur papad (úr linsubaunir)
- 2 matskeiðar olía
- 1 meðalstór rauðlaukur, afhýddur og saxaður
- 2 meðalstórir tómatar, skornir í bita
- 1–2 grænir taílenskir, serrano- eða cayenne-chili, stilkar fjarlægðir, fínt skornir
- 1 tsk Chaat Masala
- Rautt chile duft eða cayenne, eftir smekk

LEIÐBEININGAR:
a) Taktu einn papad í einu með töng og hitaðu hann yfir helluborðinu. Ef þú ert með gaseldavél, eldaðu hana rétt yfir loganum og gætið þess að blása út smábita sem kvikna í. Besta leiðin til að elda þetta er að snúa þeim stöðugt þar til allir hlutar eru soðnir og stökkir.
b) Ef þú notar rafmagnseldavél skaltu hita þá á vírgrind sem sett er yfir brennarann og snúa stöðugt þar til þau eru stökk. Verið varkár - þeir brenna auðveldlega.
c) Leggið papadurnar út á stóran bakka.
d) Penslið hvern papad létt með olíu með sætabrauðspensli.
e) Blandið saman lauknum, tómötunum og chiles í lítilli skál.
f) Setjið 2 matskeiðar af laukblöndunni yfir hvern papad.
g) Toppaðu hvern papad með stráðu af Chaat Masala og rauðu chili dufti. Berið fram strax.

58.Ristar Masala hnetur

HRÁEFNI:
- 2 bollar (276 g) hráar kasjúhnetur
- 2 bollar (286 g) hráar möndlur
- 1 matskeið garam masala, Chaat Masala eða Sambhar Masala
- 1 tsk gróft sjávarsalt
- 1 matskeið olía
- ¼ bolli (41 g) gullnar rúsínur

LEIÐBEININGAR:
a) Settu ofngrind í hæstu stöðu og forhitaðu ofninn í 425°F (220°C). Klæðið bökunarplötu með álpappír til að auðvelda hreinsun.
b) Í djúpri skál, blandið öllum hráefnunum saman nema rúsínunum þar til hneturnar eru jafnhúðaðar.
c) Raðið hnetublöndunni í eitt lag á tilbúnu bökunarplötunni.
d) Bakið í 10 mínútur og blandið varlega í hálfa eldunartímann til að tryggja að hneturnar eldist jafnt.
e) Takið pönnuna úr ofninum. Bætið rúsínunum út í og látið blönduna kólna í að minnsta kosti 20 mínútur. Þetta skref er mikilvægt. Soðnar hnetur verða seigar en þær fá stökkið aftur þegar þær hafa kólnað. Berið fram strax eða geymið í loftþéttum umbúðum í allt að mánuð.

59.Chai-kryddaðar ristaðar möndlur og kasjúhnetur

HRÁEFNI:
- 2 bollar (276 g) hráar kasjúhnetur
- 2 bollar (286 g) hráar möndlur
- 1 matskeið Chai Masala
- 1 matskeið jaggery (gur) eða púðursykur
- ½ tsk gróft sjávarsalt
- 1 matskeið olía

LEIÐBEININGAR:
a) Settu ofngrind í hæstu stöðu og forhitaðu ofninn í 425°F (220°C). Klæðið bökunarplötu með álpappír til að auðvelda hreinsun.
b) Blandið öllum hráefnunum saman í djúpa skál og blandið vel saman þar til hneturnar eru jafnhúðaðar.
c) Raðið hnetublöndunni í eitt lag á tilbúnu bökunarplötunni.
d) Bakið í 10 mínútur, blandið í hálfa eldunartímann til að tryggja að blandan eldist jafnt.
e) Takið bökunarplötuna úr ofninum og látið blönduna kólna í um 20 mínútur. Þetta skref er mikilvægt. Soðnar hnetur verða seigar en þær fá stökkið aftur þegar þær hafa kólnað.
f) Berið fram strax eða geymið í loftþéttum umbúðum í allt að mánuð.

60.Chai kryddaðar ristaðar hnetur

HRÁEFNI:

- 4 bollar af ósaltuðum blönduðum hnetum
- ¼ bolli af hlynsírópi
- 3 matskeiðar af bræddri kókosolíu
- 2 matskeiðar af kókossykri
- 3 teskeiðar af möluðu engifer
- 2 teskeiðar af möluðum kanil
- 2 teskeiðar af möluðum kardimommum
- 1 tsk af möluðu pipar
- 1 tsk af hreinu vanilludufti
- ½ teskeið af salti
- ¼ teskeið af svörtum pipar

LEIÐBEININGAR:

a) Forhitaðu ofninn þinn í 325°F (163°C). Klæðið bökunarplötu með bökunarpappír og setjið til hliðar.
b) Blandið öllum hráefnunum nema hnetunum saman í stóra blöndunarskál. Hrærið vel til að búa til bragðmikla blöndu.
c) Bætið blönduðu hnetunum í skálina og blandið þeim þar til þær eru jafnhúðaðar með kryddblöndunni.
d) Dreifið húðuðu hnetunum á tilbúna bökunarplötuna í jöfnu lagi.
e) Ristið hneturnar í forhituðum ofni í um það bil 20 mínútur. Mundu að snúa pönnunni og hræra í hnetunum hálfa steikingartímann til að tryggja jafna eldun.
f) Þegar það er tilbúið skaltu fjarlægja ristuðu hneturnar úr ofninum og leyfa þeim að kólna alveg.
g) Geymið chai-krydduðu ristuðu hneturnar þínar í loftþéttu íláti við stofuhita fyrir dýrindis snakk.

61. Kjúklingapoppar

HRÁEFNI:
- 4 bollar soðnar kjúklingabaunir eða 2 12 aura dósir kjúklingabaunir
- 1 matskeið garam masala, Chaat Masala eða Sambhar Masala
- 2 tsk gróft sjávarsalt 2 msk olía
- 1 tsk rautt chile duft, cayenne pipar eða paprika, auk meira til að stökkva á

LEIÐBEININGAR:
a) Settu ofngrind í hæstu stöðu og forhitaðu ofninn í 425°F (220°C). Klæðið bökunarplötu með álpappír til að auðvelda hreinsun.
b) Tæmið kjúklingabaunirnar í stóru sigti í um það bil 15 mínútur til að losna við sem mestan raka. Ef þú notar niðursoðinn skaltu skola fyrst.
c) Blandið öllum hráefnunum varlega saman í stórri skál.
d) Raðið krydduðu kjúklingabaununum í einu lagi á bökunarplötuna.
e) Eldið í 15 mínútur. Takið bakkann varlega úr ofninum, blandið varlega saman þannig að kjúklingabaunirnar eldist jafnt og eldið í 10 mínútur í viðbót.
f) Látið kólna í 15 mínútur. Stráið rauða chili duftinu, cayenne pipar eða papriku yfir.

62. Norður-indverskur hummus

HRÁEFNI:
- 2 bollar (396 g) soðnar heilar baunir eða linsubaunir
- Safi úr 1 meðalstórri sítrónu
- 1 hvítlauksgeiri, afhýddur, snyrtur og saxaður gróft
- 1 tsk gróft sjávarsalt
- 1 tsk malaður svartur pipar
- ½ tsk ristað malað kúmen
- ½ tsk malað kóríander
- ¼ bolli (4 g) hakkað ferskt kóríander
- ⅓ bolli (79 ml) auk 1 matskeið af ólífuolíu
- 1–4 matskeiðar (15–60 ml) vatn
- ½ tsk paprika, til skrauts

LEIÐBEININGAR:
a) Í matvinnsluvél skaltu sameina baunirnar eða linsubaunir, sítrónusafa, hvítlauk, salt, svartan pipar, kúmen, kóríander og kóríander. Vinnið þar til vel blandað.
b) Þegar vélin er enn í gangi skaltu bæta olíunni við. Haltu áfram að vinna þar til blandan er rjómalöguð og slétt, bætið vatni út í eftir þörfum, 1 matskeið í einu.

EFTIRLITUR

63. Chai Tea Pot de Crème

HRÁEFNI:
- 1 bolli þungur rjómi
- 1 bolli nýmjólk
- 2 matskeiðar laus chai te blanda
- ⅓ bolli ljós púðursykur
- 4 stórar eggjarauður
- 1 tsk vanilluþykkni
- Smá af möluðum kanil og möluðum kardimommum (valfrjálst, fyrir auka bragð)

LEIÐBEININGAR:
a) Forhitaðu ofninn þinn í 325°F (160°C). Settu ketil eða pott af vatni á eldavélina til að sjóða. Þú þarft þetta fyrir vatnsbaðið síðar.
b) Blandið saman rjómanum og nýmjólkinni í meðalstórum potti. Hitið blönduna yfir meðalhita þar til hún byrjar að gufa, en ekki sjóða. Takið pottinn af hitanum.
c) Bætið lausu chai teblöndunni við rjóma-mjólkurblönduna. Ef þú vilt auka bragðið með kanil og kardimommum, bætið þá klípu af hverju í blönduna líka. Hrærið varlega til að tryggja að teið sé alveg á kafi.
d) Leyfðu chai teinu að draga í rjóma-mjólkurblönduna í um 10-15 mínútur. Því lengur sem þú steiktir, því sterkara verður chai bragðið.
e) Á meðan teið er að steikjast, í sérstakri blöndunarskál, þeytið saman eggjarauður og ljós púðursykur þar til blandan er slétt og rjómalöguð.
f) Þegar teið hefur mýkst skaltu hella rjóma-mjólkurblöndunni í gegnum fínmöskju sigti til að fjarlægja telaufin og öll krydd. Þú ættir að hafa sléttan vökva með innrennsli.
g) Hellið Chai-innrennsli rjóma-mjólkurblöndunni hægt í skálina með eggjarauðunum og sykri, þeytið stöðugt á meðan þið hellið. Þetta er til að tempra eggin og tryggja að þau hrærist ekki af hitanum.
h) Hrærið vanilluþykkni út í blönduna. Vanillan mun bæta við chai bragðið og bæta dýpt í eftirréttinn.
i) Nú er kominn tími til að undirbúa ramekins eða vaniljubolla. Skiptu blöndunni jafnt á milli fjögurra 6 aura ramekins.

j) Settu fylltu ramekinin í stórt eldfast mót eða steikarpönnu. Búðu til vatnsbað með því að hella heitu vatni varlega í stærri fatið þar til það nær um það bil hálfa leið upp á hliðar ramekinanna.
k) Færið bökunarformið með ramekinunum varlega í forhitaðan ofninn. Bakið í um það bil 30-35 mínútur eða þar til brúnirnar eru orðnar stífar en miðjan er enn örlítið stökk.
l) Þegar búið er að taka ramekinin úr vatnsbaðinu og láta þau kólna við stofuhita í stutta stund.
m) Setjið plastfilmu yfir ramekinurnar og kælið í að minnsta kosti 2 klukkustundir eða þar til þær eru orðnar vel kældar og stífnar.
n) Áður en hann er borinn fram er hægt að skreyta Chai Tea Pot de Crème með stökki af möluðum kanil eða skvettu af þeyttum rjóma ef vill.

64.Brownies með chai tei

HRÁEFNI:
- 2 chai tepokar
- 1 bolli ósaltað smjör
- 2 bollar kornsykur
- 4 stór egg
- 1 tsk vanilluþykkni
- 1 bolli alhliða hveiti
- ½ bolli kakóduft
- ¼ teskeið salt
- ½ bolli saxaðar pekanhnetur eða valhnetur (valfrjálst)

LEIÐBEININGAR:
a) Forhitaðu ofninn þinn í 350°F og smyrðu 9x13 tommu bökunarform.
b) Bræðið smjörið í potti við vægan hita. Bætið innihaldi chai tepokanna út í og látið þá renna í nokkrar mínútur. Fjarlægðu tepokana og láttu smjörið kólna aðeins.
c) Blandið saman bræddu smjöri, sykri, eggjum og vanilluþykkni í blöndunarskál. Blandið vel saman.
d) Í sérstakri skál, þeytið saman hveiti, kakóduft og salt. Bætið þurrefnunum smám saman við blautu hráefnin og blandið þar til það hefur blandast saman.
e) Brjótið söxuðu hneturnar saman við (ef þær eru notaðar).
f) Hellið deiginu í tilbúið bökunarform og dreifið jafnt yfir.
g) Bakið í um það bil 25-30 mínútur, eða þar til tannstöngull sem stungið er í miðjuna kemur út með nokkrum rökum mola.
h) Látið brownies kólna áður en þær eru skornar í ferninga.

65. Chai kryddað flan

HRÁEFNI:
- 1 bolli sykur
- 1 ½ bolli þungur rjómi
- ½ bolli nýmjólk
- 6 stórar eggjarauður
- ¼ teskeið salt
- 2 chai tepokar
- 1 kanilstöng
- ½ tsk malað engifer
- ¼ tsk malaður negull

LEIÐBEININGAR
a) Forhitið ofninn í 325°F.
b) Hitið sykurinn yfir meðalhita í meðalstórum potti, hrærið stöðugt þar til hann bráðnar og verður gullinbrúnn.
c) Hellið brædda sykrinum í 9 tommu flan mót, hringið til að húða botn og hliðar mótsins.
d) Hitið þungan rjóma, nýmjólk, chai tepoka, kanilstöng, engifer, negul og salt í litlum potti yfir meðalhita, hrærið stöðugt þar til það er rétt að krauma.
e) Takið af hitanum og látið malla í 10 mínútur.
f) Í sérstakri skál, þeytið saman eggjarauður.
g) Takið tepokana og kanilstöngina úr rjómablöndunni og hellið blöndunni í gegnum fínmöskju sigti í eggjarauðurnar og þeytið stöðugt.
h) Hellið blöndunni í flanformið.
i) Setjið mótið í stórt eldfast mót og fyllið mótið með nógu heitu vatni til að það komi hálfa leið upp með hliðum formsins.
j) Bakið í 50-60 mínútur eða þar til brauðið er stíft og kippist aðeins við þegar það er hrist.
k) Takið úr ofninum og látið kólna í stofuhita áður en það er sett í kæli í að minnsta kosti 2 klukkustundir eða yfir nótt.
l) Til að bera fram skaltu hlaupa með hníf um brúnir mótsins og hvolfa því á framreiðsludisk.

66.Chai hnetu íssamloka

HRÁEFNI:
- 2 bollar soja- eða hampimjólk (full feit)
- ¾ bolli gufaður reyrsykur
- ¼ tsk malaður kanill
- ¼ teskeið malað engifer
- 1 tsk vanilluþykkni
- 1½ bolli hráar kasjúhnetur
- 4 chai tepokar
- 1/16 tsk guar gum

LEIÐBEININGAR:
a) Blandið saman mjólk og sykri í stórum potti. Látið suðuna koma upp við meðalhita, þeytið oft.
b) Þegar það hefur náð suðu skaltu lækka hitann í miðlungs lágan og þeyta stöðugt þar til sykurinn er uppleystur, um það bil 5 mínútur.
c) Takið af hitanum, bætið kanil, engifer og vanillu saman við og þeytið saman.
d) Setjið kasjúhneturnar og chai tepokana í botninn á hitaþolinni skál og hellið heitri mjólkurblöndunni yfir. Látið kólna alveg. Þegar búið er að kólna skaltu kreista út tepokana og farga þeim.
e) Flyttu blönduna yfir í matvinnsluvél eða háhraða blandara og vinnðu þar til slétt, hættu að skafa niður hliðarnar eftir þörfum.
f) Undir lok vinnslunnar skaltu stökkva gúargúmmíinu yfir og vertu viss um að það sé vel fellt inn.
g) Hellið blöndunni í skál 1½ eða 2 lítra ísvélar og vinnið í samræmi við leiðbeiningar framleiðanda. Geymið í loftþéttu íláti í frysti í að minnsta kosti 2 klukkustundir áður en samlokurnar eru settar saman.

AÐ BÚA TIL SAMULOKKURNAR
h) Látið ísinn mýkjast aðeins svo það sé auðvelt að ausa honum. Setjið helminginn af kökunum, botninn upp, á hreint yfirborð. Skelltu einni rausnarlegri kúlu af ís, um ⅓ bolla, ofan á hverja köku.

i) Settu afganginn af smákökunum ofan á ísinn, þar sem kökubotninn snertir ísinn. Ýttu varlega niður á kökurnar til að jafna þær.

j) Pakkið hverri samloku inn í plastfilmu eða vaxpappír og setjið aftur í frysti í að minnsta kosti 30 mínútur áður en þú borðar.

67. Indian Masala Chai Affogato

HRÁEFNI:
- 1 skeið af masala chai gelato eða ís
- 1 skot af chai te
- mulin kardimommufræ
- muldar pistasíuhnetur

LEIÐBEININGAR
a) Setjið skeið af masala chai gelato eða ís í glas.
b) Helltu skoti af chai tei yfir hlaupið.
c) Stráið muldum kardimommufræjum yfir.
d) Skreytið með söxuðum pistasíuhnetum.
e) Berið fram strax og njótið heits og arómatísks bragðs af indverskum masala chai.

68.Chai-kókosmjólk Boba íslöpp

HRÁEFNI:
- 1 bolli tilbúinn Boba
- 8 aura af Chai þykkni
- 8 aura af kókosmjólk
- 10 ísspinnar

LEIÐBEININGAR:

a) Til að undirbúa Boba: Fylgdu annað hvort leiðbeiningum á pakkanum eða ef þú kaupir hana í lausu skaltu sameina ¾ bolla af þurrkaðri boba með 6 bollum sjóðandi vatni. Þegar boba byrjar að fljóta (eftir örfáar mínútur) skaltu stilla hitanum í miðlungs og leyfa því að malla í 12 mínútur. Eftir 12 mínútur skaltu slökkva á hitanum og leyfa boba að sitja í heitu vatni í 15 mínútur til viðbótar. Fjarlægðu með skál.

b) Blandið saman boba, chai og kókosmjólk í skál eða krukku og leyfið að standa í 30 mínútur.

c) Eftir þrjátíu mínútur, síaðu vökvann af boba, geymdu vökvann. Skellið bobbunni jafnt í ísbolluformin.

d) Settu chai-mjólkurblönduna í mæliglas eða annað ílát með stút til að auðvelda upphellingu. Hellið chaiinu jafnt í popsicle-formin.

e) Setjið lokið á ísbolluforminu ofan á fylltu mótin. Bætið álpappír yfir lokið til að festa ísspinnarnar. Stingið prikunum í formin og setjið í frysti. Frystið að fullu.

f) Til að fjarlægja popsicles úr mótunum skaltu keyra mótin (ekki óvarinn toppinn með prikinu) undir heitu vatni í nokkrar sekúndur þar til popsicles fjarlægja auðveldlega.

69.Chai Latte bollakökur

HRÁEFNI:
FYRIR CHAI KRYDDBLANDUNA:
- 2 og ½ tsk malaður kanill
- 1 og ¼ tsk malað engifer
- 1 og ¼ tsk mala kardimommur
- ½ tsk malað pipar

FYRIR bollakökurnar:
- 1 poki af chai te
- ½ bolli (120 ml) nýmjólk, við stofuhita
- 1 og ¾ bollar (207g) kökuhveiti (skeiðað og jafnað)
- 3 og ½ tsk chai kryddblanda (að ofan)
- ¾ tsk lyftiduft
- ¼ tsk matarsódi
- ¼ teskeið salt
- ½ bolli ósaltað smjör, mildað
- 1 bolli kornsykur
- 3 stórar eggjahvítur, við stofuhita
- 2 tsk hreint vanilluþykkni
- ½ bolli sýrður rjómi eða hrein jógúrt, við stofuhita

FYRIR CHAI KRYDDSMjörkremið:
- 1 og ½ bolli ósaltað smjör, mildað
- 5,5 – 6 bollar sælgætissykur
- 2 tsk chai kryddblanda, skipt
- ¼ bolli þungur rjómi
- 2 tsk hreint vanilluþykkni
- Klípa af salti

VALFRJÁLST FYRIR SKREIT:
- Kanillstangir

LEIÐBEININGAR:
UNDIRBÚÐU CHAI KRYDDBLANDAN:
a) Sameina allt chai kryddið til að búa til kryddblönduna. Þú þarft alls 5 og ½ teskeiðar fyrir bollakökudeigið, smjörkremið og skreytið.
b) Hitið mjólk þar til hún er heit (en ekki sjóðandi), hellið henni síðan yfir chai tepokann. Leyfið því að malla í 20-30 mínútur. Gakktu úr

skugga um að chai mjólkin sé við stofuhita áður en hún er notuð í bollakökudeigið. Þetta má útbúa daginn áður og geyma í kæli.

c) Forhitið ofninn í 350°F (177°C) og klæðið muffinsform með bollakökufóðri. Undirbúðu aðra pönnu með 2-3 fóðrum eins og þessi uppskrift

GERÐU KÚLAKÖKUNA:

d) Í sérstakri skál, þeytið saman kökuhveiti, 3 og ½ tsk af chai kryddblöndu, lyftidufti, matarsóda og salti. Setjið þessa þurru blöndu til hliðar.

e) Þeytið smjörið og strásykurinn saman með handþeytara eða hrærivél þar til það er slétt og rjómakennt (um það bil 2 mínútur). Skafið niður hliðarnar á skálinni eftir þörfum. Bætið eggjahvítunum út í og haltu áfram að þeyta þar til blandast saman (um það bil 2 mínútur í viðbót). Blandið sýrða rjómanum og vanilluþykkni saman við.

f) Á lágum hraða skaltu bæta þurrefnunum smám saman við blautu blönduna. Blandið þar til það er bara blandað saman. Síðan, með hrærivélina enn á lágum, hellið rólega chai mjólkinni út í, blandið þar til það hefur blandast saman. Forðastu ofblöndun; deigið á að vera örlítið þykkt og arómatískt.

g) Skiptið deiginu í bollakökufóður, fyllið hvern um ⅔ fullt.

h) Bakið í 20-22 mínútur, eða þar til tannstöngull sem stungið er í miðjuna kemur hreinn út.

i) Fyrir smábollur, bakið í um það bil 11-13 mínútur við sama ofnhita. Leyfið bollunum að kólna alveg áður en þær eru settar í frost.

j) Búðu til Chai Spice Buttercream: Notaðu handfesta eða standa hrærivél með spaðafestingu, þeytið mjúka smjörið á meðalhraða þar til rjómakennt (um það bil 2 mínútur). Bætið við 5½ bollum (660 g) af sælgætissykri, þungum rjóma, 1¾ tsk af chai kryddblöndu, vanilluþykkni og klípu af salti.

k) Byrjaðu á lágum hraða í 30 sekúndur, aukið síðan í háan hraða og þeytið í 2 mínútur. Ef frostið virðist hrokkið eða feitt skaltu bæta við meiri sykri úr sælgæti til að ná mjúkri þéttleika.

l) Þú getur sett allt að ½ bolla af sælgætissykri til viðbótar ef þörf krefur. Ef frostið er of þykkt skaltu bæta við matskeið af rjóma. Smakkið til og stillið saltið til ef frostið er of sætt.
m) Frostið kældar bollakökurnar og skreytið að vild. Notaðu Wilton 8B pípuodda, bætið við kanilstöngum til skrauts og stráið með blöndu af afgangs chai kryddblöndunni og klípu af strásykri.
n) Geymið afganga í kæli í allt að 5 daga.
o) Njóttu heimabökuðu chai latte bollakökurnar þínar!

70. Masala Chai Panna Cotta

HRÁEFNI:
- ¼ bolli Mjólk
- 1 matskeið telauf
- 1 kanilstöng
- 2 negull kardimommur
- ½ tsk Múskat
- 2 bollar ferskur rjómi
- ⅓ bolli sykur
- Smá af svörtum pipar
- 1 tsk vanilluþykkni
- 1 tsk gelatín
- 3 matskeiðar kalt vatn

LEIÐBEININGAR:
a) Byrjaðu á því að smyrja innra hluta fjögurra sex únsa ramekins með smá olíu. Þurrkaðu þær til að fjarlægja umfram olíu.

b) Blandið saman mjólk, telaufum, kanil, kardimommum og múskati í pott. Látið suðuna koma upp, lækkið hitann og látið malla í 2-3 mínútur.

c) Bætið rjóma, sykri og smá svörtum pipar í pottinn. Þeytið við vægan hita þar til sykurinn leysist alveg upp. Blandið vanilluþykkni út í.

d) Á meðan blandan er að malla, blómstraðu gelatíninu með því að bæta því við kalt vatn. Þegar það hefur blómstrað að fullu skaltu blanda því inn í panna cotta blönduna og tryggja að það sé vel blandað saman.

e) Sigtið blönduna með sigti og ostaklút til að fjarlægja allt sem eftir er af seti. Skiptu þessari sléttu blöndu í tilbúnu ramekinunum og láttu þær kólna niður í stofuhita. Eftir það skaltu geyma þær í kæli í að minnsta kosti 3 klukkustundir, en þær geta verið í kæli í allt að einn dag.

f) Til að móta panna cottaið skaltu keyra varlega hníf meðfram brúnum hvers ramekins. Dýfðu síðan ramekinunum stuttlega í heitt vatn í um það bil 3-4 sekúndur. Leyfðu þeim að sitja í 5 sekúndur í viðbót og hvolfið þeim síðan á disk. Bankaðu rólega til að hjálpa panna cotta losuninni.

g) Njóttu stórkostlega Masala Chai Panna Cotta þinnar!

71. Chai-kryddaður hrísgrjónabúðingur

HRÁEFNI:
FYRIR hrísgrjónin:
- 1 ½ bolli vatn
- 1 (3 tommu) kanilstöng
- 1 heil stjörnuanís
- 1 bolli jasmín hrísgrjón

FYRIR BUÐINGINN:
- 1 ¼ tsk malaður kanill, auk meira til að skreyta
- 1 tsk malað engifer
- ¾ tsk möluð kardimommur
- ½ tsk kosher salt
- Klípa af möluðum svörtum pipar
- 1 tsk vanilluþykkni
- 3 (13 ½ aura) dósir af ósykri kókosmjólk, skipt
- 1 bolli pakkaður púðursykur
- Ristar kókosflögur, valfrjálst skraut

LEIÐBEININGAR:
a) Blandið saman vatni, kanilstöng og stjörnuanís í 4 lítra potti og látið sjóða við meðalháan hita. Bætið hrísgrjónunum út í og lækkið hitann í lágan. Lokið pottinum og látið gufa þar til hann er ekki lengur stökkur, um það bil 15 mínútur.

b) Blandið kryddinu saman í lítilli skál. Bætið vanilluþykkni og ¼ bolla af kókosmjólkinni við kryddin og þeytið til að mynda slétt deig. Þetta kemur í veg fyrir að kryddin klessist saman þegar þú bætir þeim við gufusoðnu hrísgrjónin.

c) Þegar hrísgrjónin eru búin að eldast skaltu bæta 4 bollum af kókosmjólkinni og kryddmaukinu í pottinn. Skafið botninn á pottinum til að losa um hrísgrjón sem kunna að vera fast.

d) Látið blönduna malla við lágan hita, án loks, og eldið án þess að hræra í í 15 mínútur. Yfirborð hrísgrjónabúðingsins ætti að mynda litlar loftbólur; ef stórar loftbólur sem hreyfast hratt brjóta yfirborð mjólkarinnar skaltu lækka hitastigið. Ekki hræra því þú vilt ekki að hrísgrjónin brotni í sundur. Húð mun myndast á yfirborðinu, en það er allt í lagi!

e) Eftir 15 mínútur, bætið púðursykrinum út í og hrærið búðinginn (einnig hrærið í hvaða hýði sem myndast). Þegar þú skafar botninn á pottinum mun hann hljóma eins og ryðjandi pappír. Látið malla í 20 mínútur í viðbót, hrærið oft í, eða þar til búðingurinn hefur þykknað að majónesi.
f) Fjarlægðu kanilstöngina og stjörnuanísinn úr búðingnum og fargið. Flyttu búðinginn yfir í grunnt fat (eins og tertudisk eða eldfast mót) og kældu án loks í kæli þar til hann er kaldur, að minnsta kosti 3 klukkustundir eða allt að yfir nótt.
g) Rétt áður en borið er fram skaltu hræra afganginum af kókosmjólkinni út í. Setjið búðinginn með skeið í einstaka rétti og skreytið með stökki af möluðum kanil og ristuðum kókosflögum.
h) Geymið afganga í lokuðu íláti í kæli í allt að 3 daga.

72.Chai ostakaka

HRÁEFNI:
CHAI KRYDDBLANDNING
- 1 tsk malað engifer
- 1 tsk malaður kanill
- ½ teskeið af möluðum negul, múskati og kardimommum

SKORPU
- 7 aura Biscoff/Speculoos kex, fínmulið
- 1 aura smjör, brætt
- 1 ½ teskeið af Chai kryddblöndu

OSTAKÖKUFYLLING
- 16 aura rjómaostur, mildaður
- ½ bolli hrúgaður kornsykur
- 2 aura sýrður rjómi
- 1 aura Heavy Cream
- 1 vanillustöng, skafin
- 2 tsk Chai kryddblanda
- 2 stór egg, við stofuhita

TOPPING
- 8 aura þungur þeyttur rjómi
- 1 tsk vanilluþykkni
- 2 matskeiðar Púðursykur
- 2 tsk þurrmjólkurduft

LEIÐBEININGAR:
CHAI KRYDDBLANDNING
a) Hitið ofninn í 350 F og smyrjið 8 tommu springform eða 8 tommu pönnu með lausan botn. Leggðu það til hliðar.

b) Í lítilli skál, sameina malað engifer, kanil, negul, múskat og kardimommur. Þeytið þar til það hefur blandast vel saman. Setja til hliðar.

SKORPU
c) Bætið Biscoff kexinu saman við í matvinnsluvél og pulsið þar til þau verða að fínum mola.

d) Í stórri skál, bætið molunum, 1 ½ tsk af Chai kryddi og bræddu smjöri út í. Blandið til að blanda saman.

e) Þrýstu blöndunni jafnt upp með hliðum og botni pönnunar. Bakið í 10 mínútur í ofni.

OSTAKAKA

f) Bætið rjómaosti í skál rafmagnshrærivélar sem er með hjólafestingu. Þeytið í eina mínútu.
g) Bætið við sykri, sýrðum rjóma, þungum rjóma, vanillubaunum og 2 tsk af Chai Spice. Blandið þar til blandast saman.
h) Þegar búið er að blanda saman, bætið eggjunum við einu í einu, bara þar til það hefur blandast saman. Forðist ofblöndun til að koma í veg fyrir sprungur.
i) Hellið ostakökublöndunni í forbökuðu skorpuna.
j) Settu pönnuna í 10 tommu hringlaga pönnu eða settu þykkt lag af álpappír um og upp á hliðar pönnunnar (þetta kemur í veg fyrir að vatn komist inn í pönnuna).
k) Setjið pönnurnar í steikarpönnu og hellið vatni í steikarpönnuna þar til það er hálft upp á hliðar ostakökuformanna. Gætið þess að skvetta ekki vatni inn í ostakökuna.
l) Bakið í 60-70 mínútur, eða þar til aðeins miðjan á ostakökunni kippist við.
m) Þegar hún er bakuð skaltu slökkva á ofninum og láta ostakökuna kólna inni í ofni í 1 klukkustund. Kældu síðan á borðinu í klukkutíma til viðbótar og kældu í að minnsta kosti 8 klukkustundir. Nótt er best.

TOPPING

n) Þeytið þungan rjóma, vanilluþykkni, flórsykur og þurrmjólkurduft í skál með hrærivél með þeytara þar til stífir toppar myndast.
o) Bætið þeyttum rjóma saman við í sprautupoka með stjörnuodda og leggið á kældu ostakökuna.
p) Stráið afganginum af Chai kryddinu ofan á ostakökuna og þeytta rjómann.
q) Geymið í ísskáp.

73. Masala Chai Tiramisu

HRÁEFNI:
FYRIR MASALA CHAI:
- 1 bolli hálf og hálf eða nýmjólk
- ¼ bolli þungur rjómi
- ½ tommu ferskt engifer, barið gróft í mortéli
- 1,5 matskeiðar laust svart te eða 3 svartir tepokar
- 1 tsk chai masala
- 2 matskeiðar sykur

FYRIR MASCARPONE-ÞEYTANNA:
- 8 aura mascarpone ostur við stofuhita
- 1,5 bollar þungur rjómi
- ½ bolli kornsykur (má fara niður í ⅓ bolla)
- 1,5 tsk chai masala
- 20 ladyfingers

FYRIR CHAI MASALA:
- 8 grænir kardimommubelgir
- 2 negull
- Klípa af anísdufti
- ¼ tsk múskat, nýrifinn
- ¼ tsk svartur piparduft
- ½ tsk malaður kanill

LEIÐBEININGAR:
GERÐU CHAI MASALA:
a) Opnaðu kardimommubungurnar og þeyttu fræjunum fínt ásamt negul í mortéli og stöpli eða notaðu sérstaka krydd/kaffi kvörn.
b) Í lítilli skál, blandaðu duftforminu kardimommunni og negulnum saman við anís, múskat, svörtum pipardufti og möluðum kanil. Chai masala þinn er tilbúinn.

GERÐ MASALA CHAI:
c) Blandið saman helmingnum og hálfum og þungum rjóma í litlum potti. Sett á eldavél. Þegar þú sérð loftbólur á hliðum pottsins skaltu bæta við engiferinu, chai masala, svörtu telaufunum og sykri.

d) Látið suðuna koma upp og lækkið svo hitann í lágan-miðlungs. Látið chai brugga í 5-8 mínútur. Fylgstu vel með til að forðast bruna.
e) Þegar chaiið er bruggað og orðið þykkt og ákaflega brúnt á litinn skaltu sía það með tesíu í stóran bolla og láta það kólna.
f) Það myndast filma þegar chai kólnar, sem er eðlilegt, svo síaðu því aftur í lítinn fat.

GERÐU ÞRITT MASCARPONE:
g) Bætið mýktum mascarpone saman við chai masala og 2-3 matskeiðar af þungum rjóma. Þeytið á miðlungs með hrærivél eða handþeytara í 30-45 sekúndur þar til það er létt loftkennt.
h) Bætið restinni af þunga rjómanum í skálina og þeytið þar til þú sérð mjúka toppa. Bætið sykrinum rólega út í og haltu áfram að þeyta þar til þú sérð stífa toppa.

Settu saman TIRAMISU:
i) Dýfðu ladyfingers í masala chai í að hámarki 3 sekúndur (annars verða þær blautar). Settu þau í eitt lag neðst á 8x8 pönnu. Forðastu að pakka dömufingunum of þétt.
j) Bætið helmingnum af þeyttu mascarpone blöndunni ofan á ladyfingers. Sléttu það út með spaða.
k) Endurtaktu með öðru lagi af chai-dýfðum ladyfingers. Setjið afganginn af mascarpone blöndunni ofan á og notið spaða til að slétta hana út.
l) Hyljið matarfilmu á pönnuna og geymið í kæli í að minnsta kosti 6 klukkustundir (helst yfir nótt).
m) Stráið smá af chai masala yfir áður en borið er fram.

74. Chai Spice Apple Crisp

HRÁEFNI:
FYRIR CHAI KRYDD EPLAFYLLINGuna:
- 10 meðalstór epli, afhýdd og skorin í ¼" sneiðar
- 2 tsk ferskur sítrónusafi
- 2 matskeiðar alhliða hveiti
- ½ bolli kornsykur
- 1 og ½ tsk malaður kanill
- 1 tsk malað engifer
- ½ tsk múskat
- ¼ teskeið negull
- ¼ teskeið af kryddjurtum
- ¼ tsk möluð kardimommur
- ⅛ teskeið malaður svartur pipar

FYRIR HARFUR CHAI CRISP TOPPING:
- 8 aura ósaltað smjör, við stofuhita, skorið í teninga
- 1 og ½ bolli gamaldags hafrar
- ¾ bolli kornsykur
- ¾ bolli ljós púðursykur, þétt pakkaður
- ¾ tsk malaður kanill
- ½ tsk malað engifer
- ¼ tsk malaður negull
- ¼ teskeið af kryddjurtum
- ¼ tsk möluð kardimommur
- ⅛ teskeið malaður svartur pipar
- 1 bolli alhliða hveiti

LEIÐBEININGAR:
FYRIR CHAI KRYDD EPLAFYLLINGuna:
a) Forhitið ofninn í 375 gráður (F). Smyrjið létt 9x13 tommu ofnform.
b) Setjið sneið eplin í stóra skál og blandið saman við sítrónusafann.
c) Blandið saman hveiti, sykri og kryddi í meðalstórri skál. Stráið þessari blöndu yfir eplin og hrærið vel til að hjúpa.
d) Hellið eplablöndunni í tilbúna bökunarréttinn og setjið til hliðar á meðan þú býrð til mylsnuna.

FYRIR HARFUR CHAI CRISP TOPPING:

e) Í stórri skál skaltu sameina höfrum, sykri, kryddi og hveiti.
f) Bætið smjörinu í teninga út í og með því að nota tvo gaffla eða sætabrauðsblöndunartæki, skerið smjörið í þurrefnin þar til blandan líkist grófri máltíð.
g) Stráið álegginu jafnt yfir eplin.
h) Setjið pönnuna í ofninn og bakið í 45 til 50 mínútur, eða þar til toppurinn er gullinbrúnn og eplin eru að freyða.
i) Takið úr ofninum og setjið pönnuna á kæligrindi. Berið fram heitt, helst með ís.

75. Chai-kryddaðar súkkulaðitrufflur

HRÁEFNI:
- 200 grömm af kókosrjóma
- 2 tsk Chai Masala/ Chai kryddduft
- 400 grömm af dökku súkkulaði, við stofuhita
- 2 matskeiðar Kakóduft, til að rúlla trufflunum

LEIÐBEININGAR:
a) Hitið rjómann varla í litlum potti. Bætið chai kryddinu út í.
b) Látið rjómann og kryddið blandast í 15 mínútur. Til að fá öflugra bragð, láttu kremið dragast inn í 30-60 mínútur.
c) Nú er hægt að sigta kremið eða nota það eins og það er. Ég valdi að nota það óþreytandi.
d) Hitið rjómann aftur að heitu lagi og bætið súkkulaðinu út í. Hrærið varlega þar til allt súkkulaðið er bráðið og er slétt og glansandi.
e) Setjið í grunna skál og kælið í 30-40 mínútur.
f) Notaðu litla kökuskeið eða matskeið til að ausa út litlar kúlur.
g) Þú getur geymt þessar í kæli í 10-15 mínútur. Rúllið í sléttar kúlur og kælið aftur í nokkrar mínútur.
h) Veltið trufflunum upp úr kakódufti, berið fram strax og njótið!

76. Chai ís

HRÁEFNI:
- 2 stjörnu anísstjörnur
- 10 heil negul
- 10 heilir kryddjurtir
- 2 kanilstangir
- 10 heil hvít piparkorn
- 4 kardimommubelgir, opnaðir fyrir fræ
- ¼ bolli fyllt svart te (Ceylon eða enskur morgunverður)
- 1 bolli mjólk
- 2 bollar þungur rjómi (skiptur, 1 bolli og 1 bolli)
- ¾ bolli sykur
- Smá salt
- 6 eggjarauður (sjá hvernig á að aðskilja egg)

LEIÐBEININGAR:
a) Setjið 1 bolla af mjólk, 1 bolla af rjómanum og chai kryddinu í þungan pott - stjörnuanís, negul, allrahanda krydd, kanilstangir, hvít piparkorn og kardimommukrydd og smá salt.

b) Hitið blönduna þar til hún er gufusoðin (ekki sjóðandi) og heit að snerta. Lækkið hitann til að hlýna, hyljið og látið standa í 1 klst.

c) Hitið blönduna aftur þar til hún er rjúkandi heit (aftur ekki sjóðandi), bætið svörtu telaufunum út í, takið af hellunni, hrærið teinu saman við og látið malla í 15 mínútur.

d) Notaðu fínt möskva sigti til að sigta teið og kryddið, helltu mjólkurrjómablöndunni í sérstaka skál.

e) Setjið mjólkur-rjómablönduna aftur í þykkbotna pottinn. Bætið sykrinum út í mjólkur-rjómablönduna og hitið, hrærið, þar til sykurinn er alveg uppleystur.

f) Á meðan teið er innrennsli í fyrra skrefi, undirbúið þá 1 bolla af rjóma sem eftir er yfir ísbaði.

g) Hellið rjómanum í meðalstóra málmskál og setjið það í ísvatn (með miklum klaka) yfir stærri skál. Setjið netsíu ofan á skálarnar. Setja til hliðar.

h) Þeytið eggjarauður í meðalstórri skál. Hellið hituðu mjólkurrjómablöndunni hægt út í eggjarauðurnar og þeytið stöðugt þannig að eggjarauðurnar temprast af hlýju blöndunni en ekki eldaðar af henni. Skafið hituðu eggjarauðurnar aftur í pottinn.

i) Setjið pottinn aftur á helluna, hrærið stöðugt í blöndunni við meðalhita með tréskeið, skafið botninn um leið og þið hrærið þar til blandan þykknar og klæðir skeiðina þannig að hægt sé að renna fingrinum yfir húðina og láta húðina ekki renna. Þetta getur tekið um 10 mínútur.

j) Um leið og þetta gerist skal taka blönduna strax af hitanum og hella í gegnum sigtið yfir ísbaðið til að stöðva eldunina í næsta skrefi.

KOKTAIL OG KOKTAIL

77.Chai Ginger Bourbon hanastél

HRÁEFNI:
- 8 aura bourbon viskí
- 1 svartur tepoki
- 4 aura af engiferbjór
- ½ aura einfalt síróp
- ½ aura ferskur sítrónusafi
- 1 dash af appelsínubiti
- Kanillstangir til skrauts

LEIÐBEININGAR:
a) Hitið bourbon í litlum potti yfir mjög lágum hita bara þar til það er orðið heitt; fjarlægðu síðan af hitanum.
b) Bætið tepoka við heitt bourbonið og látið malla í 10 mínútur. Leyfið því að kólna.
c) Til að búa til 1 kokteil, bætið 2 aura af chai te-innrennsli viskíi, engiferbjór, einföldu sírópi, ferskum sítrónusafa og appelsínubiti í kokteilhristara.
d) Lokið og hristið þar til það er vel blandað og kælt.
e) Sigtið blönduna í 8 aura glas fyllt með ís.
f) Skreytið með kanilstöngum.
g) Njóttu Chai Ginger Bourbon kokteilsins þíns!

78. Chai Martini

HRÁEFNI:
- 2 aura vodka
- 1 eyri kælt chai þykkni
- ½ aura nýkreistur sítrónusafi
- Skraut af möluðum kanil
- Ísmolar eftir þörfum

FYRIR FELGU:
- ¼ tsk malaður kanill
- 2 tsk sykur

LEIÐBEININGAR:
a) Blandið saman muldum kanil og sykri og setjið það síðan í lítið fat. Nuddaðu brúnina á kældu glasi varlega með lime og dýfðu því í kanilsykurblönduna.
b) Fylltu kokteilhristara með ísmolum.
c) Bætið vodka, kældu chai teþykkni, ferskum sítrónusafa og klípu af möluðum kanil í hristarann.
d) Hristið blönduna kröftuglega í um það bil 30 sekúndur til að kæla hráefnin.
e) Hellið blöndunni í martini glas.
f) Endið á því að skreyta með kanilstöng og berið fram strax."

79. Chai hvítur rússneskur

HRÁEFNI:
- 2 bollar Chai líkjör
- 2 bollar vodka
- 2 bollar þungur rjómi

LEIÐBEININGAR:
a) Útbúið Chai líkjörinn.
b) Í gamaldags glasi fyllt með ís skaltu sameina jafna hluta vodka og Chai líkjör.
c) Endið á því að setja jafnmikið af þungum rjóma yfir.

80.Vanilla Chai gamaldags

HRÁEFNI:
- 2 aura Crown Royal Vanilla
- 1 aura sítrónusafi
- 1 dash af appelsínubiti
- 1-2 aura af chai te sírópi
- Freyðivatn, til áleggs
- Kanill og stjörnuanís, til skrauts

LEIÐBEININGAR:
a) Í kokteilhristara skaltu sameina Crown Royal Vanilla, sítrónusafa, appelsínubitara og chai síróp. Hristið vel til að blanda bragðinu saman.
b) Sigtið blönduna í glas.
c) Ef þess er óskað, fyllið það af með freyðivatni.
d) Skreytið drykkinn með kanil og stjörnuanís fyrir auka glæsileika.

81. Chai Hot Toddy Uppskrift

HRÁEFNI:
- 3 bollar vatn
- 1 kanilstöng
- 6 heil negul
- 6 kardimommubelgir, örlítið muldir
- 2 chai tepokar
- ¼ bolli kryddað romm eða bourbon
- 2 matskeiðar hunang
- 1 matskeið nýkreistur sítrónusafi eða 2 sítrónubátar

LEIÐBEININGAR:
a) Í meðalstórum potti blandið saman vatni, kanilstöngum, negul og örlítið muldum kardimommubelgjum. Ef þú ert með teinnrennsli geturðu sett kryddin í það til að forðast álag síðar. Látið suðuna koma upp.

b) Takið pottinn af hellunni og bætið chai tepokunum út í. Lokið og látið þær malla í 15 mínútur. Síið síðan blönduna í gegnum fínmöskju sigti til að fjarlægja tepokana og kryddið.

c) Setjið kryddað teið aftur á pönnuna og hitið aftur þar til það er orðið heitt.

d) Hrærið krydduðu rommi (eða bourbon), hunangi og sítrónusafa út í ef þú vilt. Blandið vel saman.

e) Skiptið heita toddýinu á milli tveggja heitra krúsa og berið fram strax. Að öðrum kosti, berið hverja krús fram með sítrónubát til að kreista í safa eftir smekk. Njóttu!

82. Cranberry Chai Sangria

HRÁEFNI:
- 1 ½ bolli trönuberjasafi
- 2 chai tepokar
- 1 flaska af pinot noir
- 1 bolli seltzer með sítrusbragði
- ½ bolli engifer brandy
- 2 epli, þunnar sneiðar
- 2 appelsínur, þunnar sneiðar
- 1 pera, þunnar sneiðar
- 1 bolli fersk trönuber
- 1 kanilstöng, auk auka til að skreyta

LEIÐBEININGAR:
a) Hitið trönuberjasafann í potti við vægan hita þar til hann er næstum að malla. Takið af hitanum og bætið chai tepokunum út í. Látið þær malla í 15 mínútur. Smakkaðu til að athuga hvort það sé nógu chai-kryddað; þú getur endurtekið ferlið með nýjum tepoka ef þess er óskað.

b) Blandið sneiðum eplum, perum, trönuberjum og appelsínusneiðum saman í könnu. Bætið við kanilstöng.

c) Hellið út í gegndræpum chai trönuberjasafa, pinot noir, seltzer með sítrusbragði og engiferbrandi. Hrærið vel til að blanda saman.

d) Ef þess er óskað, láttu sangríuna sitja í 30 mínútur til að leyfa bragðinu að blandast saman.

e) Til að bera fram skaltu fylla glas með ís og appelsínusneiðum. Hellið chai sangríu yfir og skreytið með nokkrum af ávöxtunum og nokkrum kanilstöngum. Njóttu!

83. Chai Sparkler

HRÁEFNI:
- 8 aura af Masala Chai þykkni
- 8 aura af freyðivatni
- Kreista af lime

LEIÐBEININGAR:
a) Fylltu glas með ís.
b) Bætið Masala Chai þykkni í glasið.
c) Hellið freyðivatni út í.
d) Kreistið lime yfir blönduna.
e) Hrærið innihaldsefnin til að blanda saman.
f) Skreytið með limeberki eða sneið.
g) Njóttu hressandi Chai Sparkler!

84.Chai hindberja límonaði

HRÁEFNI:

- ¾ bolli ís
- 1 únsa af sítrónuþykkni, 7+1, þiðnað
- 1 únsa hindberjasíróp
- 2 aura upprunalega Chai Tea Latte
- 6 aura sítrónu-lime gos
- 2 fersk rauð hindber
- 1 sneið sítrónu, snyrt og skorin í sneiðar

LEIÐBEININGAR:

a) Þvoðu hendurnar og allt ferskt, ópakkað afurðir undir rennandi vatni. Tæmið vel.
b) Settu ís í 16 aura drykkjarglas.
c) Hellið límonaðiþykkni, hindberjasírópi, chai teþykkni og sítrónu-lime gosi yfir ísinn og blandið vandlega saman með stangarskeiði með langan skaft.
d) Stífðu hindberin eða tíndu þau.
e) Skerið niðursneidda sítrónuna hálfa leið.
f) Settu niðursneidda sítrónu- og hindberjaspjótið á brún glassins.
g) Njóttu Chai Raspberry Lemonade!

85. Chai Cooler

HRÁEFNI:
- ¾ bolli chai, kælt
- ¾ bolli vanillu sojamjólk, kæld
- 2 matskeiðar frosið eplasafaþykkni, þiðnað
- ½ banani, sneiddur og frosinn

LEIÐBEININGAR:
a) Blandaðu saman chai, sojamjólk, eplasafaþykkni og banani í blandara.
b) Blandið þar til slétt og rjómakennt.
c) Berið fram strax.

86. Persískt saffran og rósate

HRÁEFNI:
- ½ tsk saffranþræðir, auk auka til að skreyta
- 1½ aura bleik rósablöð, auk auka til að skreyta
- 4 stykki stjörnuanís, auk auka til að skreyta
- 4 grænir kardimommubelgir, létt muldir
- 4 tsk hunang
- 2 tsk sítrónusafi

LEIÐBEININGAR:
a) Sjóðið saffranþræðina, rósablöðin, stjörnuanís og kardimommubelg í 5 bolla af vatni í potti.
b) Sigtið í 6 glös. Hrærið 1 tsk af hunangi og ½ tsk af sítrónusafa í hvert glas.
c) Skreytið með nokkrum saffranþráðum, rósablöðum og stjörnuanís og berið fram á meðan það er heitt.

87.Kryddaður Baklava Tea Mocktail

HRÁEFNI:
- 1 bolli sterkt bruggað kamillute, kælt
- 1 matskeið hunang eða einfalt síróp (stilla eftir smekk)
- ¼ tsk malaður kanill
- ¼ tsk vanilluþykkni
- 2 matskeiðar saxaðar pistasíuhnetur (til skrauts)
- Mulinn ís
- Sítrónubátur (til að fylla glasið)
- Saxaðar valhnetur (til skrauts)

LEIÐBEININGAR:
a) Bruggið bolla af kamillutei og látið það kólna í kæli.
b) Blandið litlu magni af möluðum kanil og sykri í grunnt fat. Rífðu glasið með sítrónubát, dýfðu því síðan í kanil-sykurblönduna til að hylja brúnina.
c) Fylltu glasið með muldum ís.
d) Blandaðu saman kældu kamilluteinu, hunanginu eða einföldu sírópinu, möluðum kanil og vanilluþykkni í hristara. Hristið vel til að blanda saman.
e) Sigtið blönduna í tilbúið glas yfir mulinn ísinn.
f) Skreytið mocktailið með söxuðum pistasíuhnetum og stráið söxuðum valhnetum ofan á.
g) Valfrjálst geturðu bætt við sítrónu ívafi fyrir auka bragð.
h) Hrærið varlega áður en þið soðið og njótið Baklava Bliss Mocktail!

88.Bleikt piparkornste

HRÁEFNI:
- 1 msk bleik piparkorn, mulin
- 3½ aura sykur
- 4 tsk Darjeeling telauf
- 8 greinar af ferskum myntulaufum

LEIÐBEININGAR:
a) Í potti skaltu sameina piparkornin með sykrinum og 4 aura af vatni.
b) Látið malla í 6 mínútur.
c) Sigtið blönduna í annan pott, bætið við 4 bollum af vatni og látið suðuna koma upp.
d) Bætið telaufunum og myntulaufunum út í og bruggið í 1 mínútu.
e) Sigtið teið í 4 bolla.

89.Lime And Tea Mocktail

HRÁEFNI:
- 2 bollar sterkt bruggað svart te, kælt
- ¼ bolli ferskur lime safi
- 2 matskeiðar hunang
- ½ tsk rifinn limebörkur
- ¼ tsk möluð kardimommur
- Ísmolar
- Klúbbgos
- Lime sneiðar til skrauts

LEIÐBEININGAR:
a) Blandaðu saman kældu brugguðu svarta teinu, ferskum limesafa, hunangi, limebörk og malaðri kardimommu í könnu.
b) Hrærið vel þar til hunangið er að fullu uppleyst og bragðefnin eru innrennsli.
c) Fylltu glös af ísmolum og helltu te-lime blöndunni yfir ísinn og skildu eftir smá pláss efst.
d) Fylltu hvert glas með club gosi fyrir freyðandi áferð.
e) Skreytið með lime sneiðum fyrir lifandi kynningu.
f) Hrærðu varlega til að blanda saman bragðinu.
g) Njóttu arabíska lime- og tespotta sem endurnærandi nammi.

90.Kryddaður Chai Tango

HRÁEFNI:
- 2 bollar sterkt bruggað chai te
- ½ tsk malað engifer
- ¼ tsk möluð kardimommur
- ¼ tsk malaður kanill
- 2 matskeiðar hunang
- Ísmolar
- Sítrónusneiðar til skrauts

LEIÐBEININGAR:
a) Bruggaðu chai te, sem gerir það sterkt.
b) Blandið bruggaða chai teinu í skál saman við malað engifer, malaða kardimommu, malaða kanil og hunang.
c) Hrærið vel þar til kryddið er að fullu tekið upp.
d) Fylltu glös með ísmolum.
e) Hellið kryddaðu chai blöndunni yfir ísinn.
f) Skreytið með sítrónusneiðum.

91.Appelsínu- og granatepli melassate

HRÁEFNI:
- 100 ml ferskur appelsínusafi
- 200 ml gosvatn
- ½ matskeið granatepli melass
- Nýlagað íste (valfrjálst)
- Ísmolar (valfrjálst)

LEIÐBEININGAR:
a) Í glasi, hellið ferskum appelsínusafa og granatepli melassa.
b) Ef þess er óskað, bætið þá við ögn af nýlaguðu ístei fyrir auka bragðlag.
c) Hrærið hráefnin til að blanda saman bragðinu.
d) Ef þú átt ísmola skaltu bæta nokkrum við til að auka kæliþáttinn.
e) Drekktu appelsínu- og granatepla-melassann þinn ís-te-mocktail í gegnum strá og njóttu svala og lifandi bragðsins.
f) Njóttu einfaldleikans í þessum hressandi drykk - fullkominn fyrir heitan sumardag!

92.Chamomile Citrus Bliss

HRÁEFNI:
- 2 bollar bruggað kamillete, kælt
- ½ bolli appelsínusafi
- 1 matskeið hunang
- Þunnar sneiðar af appelsínu til skrauts
- Ísmolar
- Fersk kamilleblóm til skrauts (valfrjálst)
- Valfrjálst: Kanillstöng

LEIÐBEININGAR:
a) Blandið saman kældu kamilluteinu, appelsínusafanum og hunanginu í blöndunarskál, hrærið þar til það er vel blandað saman.
b) Fylltu tvö glös af ísmolum og helltu Chamomile Citrus Serenity yfir ísinn.
c) Ef þess er óskað, bætið við valfrjálsri kanilstöng fyrir keim af hlýju og kryddi.
d) Skreytið hvert glas með þunnum sneiðum af appelsínu og, ef til er, ferskum kamillublómum fyrir yndislega framsetningu.
e) Hrærið varlega og njótið róandi samsetningar kamille og sítrus í þessu Chamomile Citrus Serenity.

93. Hibiscus-Engifer On The Rocks

HRÁEFNI:
- 1½ aura þurrkuð hibiscus eða rósablóm
- 2 negull
- 1 tsk púðursykur
- 1 tsk grænt te lauf
- 2 tsk ferskur appelsínubörkur
- 2 stykki af fersku engifer, fínt rifið
- ís

LEIÐBEININGAR:
a) Í potti eða potti skaltu sameina hibiscusblóm, negul og púðursykur með 1 lítra af vatni og sjóða við vægan hita.
b) Sjóðið í 5 mínútur þar til sykurinn leysist upp.
c) Bætið telaufunum, appelsínuberki og engifer út í.
d) Takið af hitanum og leyfið teinu að kólna. Sigtið og kælið þar til það er kólnað.
e) Hellið kældu teinu í 4 glös og berið fram yfir ís.

94.Hibiscus-vínber ístei Mocktail

HRÁEFNI:
- 1 bolli hvítur þrúgusafi
- 1 bolli Hibiscus te
- Ísmolar
- ½ bolli kolsýrt vatn
- Appelsínusneiðar til skrauts

LEIÐBEININGAR:
a) Hrærið hvíta þrúgusafann út í hibiscus teið þar til það hefur blandast vel saman.
b) Hellið blöndunni yfir ís í 2 stór glös.
c) Hellið kolsýrðu vatninu í hvert glas til að bæta gosi í mocktailið.
d) Skreytið hvert glas með sneiðum af ferskum appelsínu.
e) Hrærið varlega áður en þið soðið og njótið líflegs bragðsins af þessum Hibiscus-Grape ístei.

95.Appelsínublóma íste

HRÁEFNI:
- 4 svartir tepokar
- 4 bollar heitt vatn
- ¼ bolli appelsínublómavatn
- Sykur eða hunang (stilla eftir smekk)
- Ísmolar
- Appelsínusneiðar til skrauts

LEIÐBEININGAR:
a) Brattir svartir tepokar í heitu vatni í um 3-5 mínútur.
b) Bætið við appelsínublómavatni og sættið með sykri eða hunangi.
c) Hrærið vel og leyfið teinu að kólna og setjið síðan í kæli.
d) Berið fram yfir ísmola, skreytt með appelsínusneiðum.

96.Jasmin Jallab

HRÁEFNI:

- 6 matskeiðar döðlusíróp (sílan eða döðluhunang)
- 6 matskeiðar vínberjamelassi
- 6 matskeiðar granateplasíróp (eða grenadín)
- 3 tsk rósavatn
- Mulinn ís
- 3 msk furuhnetur (hráar), til framreiðslu
- 3 matskeiðar gullnar rúsínur, til að bera fram
- 1 tepoki af Jasmine te

LEIÐBEININGAR:

a) Blandið saman döðlusírópi, vínberjamelassi, granateplasírópi og rósavatni í könnu.
b) Bætið köldu vatni við blönduna og hrærið vel til að blanda saman.
c) Settu tepoka af Jasmine te í blönduna og leyfðu því að blandast inn.
d) Fylltu einstök glös með muldum ís.
e) Hellið Jallab blöndunni yfir ísinn í hverju glasi.
f) Toppið hvert glas með hráum furuhnetum.
g) Valfrjálst, endurvökvaðu gullnar rúsínur með því að setja þær í litla skál með Jasmine tepoka. Hellið sjóðandi vatni yfir og látið standa í 5-10 mínútur. Tæmdu og fylltu Jallab drykkinn þinn með rúsínunum.
h) Berið fram strax og njóttu ekta bragðsins af Jallab, sannkölluðu bragði af Levantine gestrisni. Skál!

97. Egyptian Bedouin Tea Refresher

HRÁEFNI:
- 4 tsk Bedúína te (eða þurrkað timjan eða þurrkuð salvía)
- 4 tsk þurrkaðir lífrænir rósaknoppar
- 1 kanilstöng
- 4 tsk laust svart te (venjulegt eða koffeinlaust)
- Sykur, ef vill
- Sítrónusneiðar til skrauts (valfrjálst)

LEIÐBEININGAR:
a) Hitið 4½ bolla af vatni, bedúínatei, þurrkuðum rósaknappum, kanilstöng og lausu svörtu tei í tepotti eða potti yfir háum hita.
b) Þegar vatnið sýður, lækkið hitann í lágan og látið malla í 5 mínútur.
c) Slökktu á hitanum og steiktu teið, þakið, í 5 mínútur til viðbótar.
d) Sigtið teið í bolla og leyfið arómatísku blöndunni að fylla loftið.
e) Sætið með sykri, ef þess er óskað, stilltu þig að sætustigi sem þú vilt.
f) Skreytið hvert glas með sítrónusneið
g) Fyrir frískandi ívafi, leyfið teinu að kólna og berið fram yfir ís.

98.Vimto-innblásinn Tea Mocktail

HRÁEFNI:
- 2 bollar sterkt arabískt svart te, bruggað
- ½ bolli Vimto þykkni (stilla eftir smekk)
- 1 matskeið hunang eða sykur (stilla eftir smekk)
- ¼ tsk malaður kanill
- Ísmolar
- Fersk ber (eins og brómber og hindber) til skrauts
- Myntublöð til skrauts

LEIÐBEININGAR:
a) Útbúið sterkan bolla af arabísku svörtu tei. Þú getur notað laus telauf eða tepoka eftir því sem þú vilt.
b) Í könnu, blandaðu bruggaða svarta teinu saman við Vimto þykkni, hunangi eða sykri og möluðum kanil.
c) Hrærið vel til að tryggja að sætuefnið sé að fullu uppleyst.
d) Leyfðu blöndunni að kólna að stofuhita og geymdu síðan í kæli í að minnsta kosti klukkustund til að kæla og láta bragðið blandast saman.
e) Fylltu matarglös með ísmolum.
f) Hellið Vimto-innblásnum tespotta yfir ísinn í hverju glasi.
g) Bætið handfylli af ferskum berjum í hvert glas fyrir ávaxtaríkt góðgæti.
h) Skreytið með myntulaufum fyrir frískandi ilm.
i) Hrærið varlega til að blanda bragðefnin saman og tryggja jafna dreifingu á góðgæti Vimto.

99. Saffran myntu te í arabísku stíl

HRÁEFNI:
- Handfylli af ferskum myntulaufum
- Nokkrir þræðir af saffran
- 360-480 ml vatn
- Sykur eða hunang (valfrjálst, eftir smekk)

LEIÐBEININGAR:
a) Setjið fersk myntulaufin og saffran í pott eða tepott.
b) Sjóðið vatn sérstaklega og bætið 120 ml af heitu vatni í pottinn með myntu og saffran. Lokaðu pottinum og láttu hann malla í um það bil 10 mínútur.
c) Þegar það hefur verið steypt skaltu bæta því heita vatninu sem eftir er í pottinn.
d) Hellið teinu beint í glös eða bolla. Valfrjálst geturðu síað það til að fá sléttari áferð.
e) Bætið við hunangi eða sykri í samræmi við smekksval þitt. Hrærið vel til að leysast upp.
f) Ef þú ert að búa til stakan bolla geturðu einfaldað ferlið með því að hella heitu vatni beint í bollann með myntu og saffran.

100.Tíbetskt smjörte með fennel

HRÁEFNI:
- 3 matskeiðar svart te lauf
- 1 matskeið fennel fræ
- 8 aura nýmjólkursalt, eftir smekk
- 8 aura ósaltað smjör

LEIÐBEININGAR:
a) Sjóðið 6½ bolla af vatni í potti.
b) Bætið telaufunum og fennelfræjunum út í og látið malla í 15 mínútur.
c) Bætið mjólkinni út í og látið suðuna koma upp aftur.
d) Fjarlægðu og látið malla í 2 mínútur.
e) Sigtið teið í stórt ílát, bætið salti og smjöri út í og blandið vel saman.

NIÐURSTAÐA

Þegar við ljúkum arómatískri ferð okkar í gegnum "ALLAÐI BÓK CHAI," vonum við að þú hafir upplifað gleðina við að föndra, smakka og tileinka þér chai lífsstílinn. Hver uppskrift á þessum síðum er tilefni af fjölbreyttu bragði, menningarhefðum og fjölhæfni sem chai færir í bollann þinn - til vitnis um þá yndislegu möguleika sem þessi kryddaði drykkur býður upp á.

Hvort sem þú hefur notið einfaldleika klassísks masala chai, tekið upp skapandi eftirrétti með chai innrennsli eða gert tilraunir með bragðmikla chai-innblásna rétti, þá treystum við því að þessar uppskriftir hafi kveikt ástríðu þína fyrir chai lífsstílnum. Fyrir utan tekanninn og kryddið, megi hugmyndin um að tileinka sér chai lífsstílinn verða uppspretta slökunar, tengingar og hátíð gleðinnar sem fylgir hverjum sopa.

Þegar þú heldur áfram að kanna heim chai, megi "ALLAÐI BÓK CHAI" vera traustur félagi þinn og leiðbeina þér í gegnum ýmsar uppskriftir sem sýna fram á auð og fjölhæfni þessa ástsæla drykkjar. Hér er að njóta huggulegrar hlýju chai, búa til yndislegar sköpunarverk og umfaðma chai lífsstílinn með hverju ilmandi augnabliki. Chai skál!

www.ingramcontent.com/pod-product-compliance
Lightning Source LLC
Chambersburg PA
CBHW071321110526
44591CB00010B/972